गाथा आनंददूताची,
कथा परिवर्तनाची...

सकाळ प्रकाशन

सकाळ प्रकाशन

माणूस 'की'

गाथा आनंददूताची,
कथा परिवर्तनाची...

संदीप रामराव काळे

माणूस'की'

ज्या व्यक्तींनी
एकट्याने
काही वेगळे
केले आहे,
त्यांचे हे पुस्तक

सकाळ प्रकाशन

माणूस'की'
संदीप रामराव काळे
वैचारिक ललित

प्रथमावृत्ती : १५ ऑगस्ट २०२०

द्वितीय आवृत्ती : ऑक्टोबर २०२२

सर्व हक्क :
संदीप रामराव काळे
९८९००९८८६८
sandip98868@gmail.com

मुखपृष्ठ - मांडणी :
नयन बारहाते, नांदेड
९४२२१७०६२३

मुद्रितशोधन व संपादन : डॉ. सुरेश सावंत

अक्षरजुळणी : मो. मुर्तुजा अथर

प्रकाशक :
सकाळ मीडिया प्रा. लि.,
५९५, बुधवार पेठ, पुणे - ४११००२

ISBN 978-93-89834-22-2

संपर्क : ०२० - २४४० ५६७८ / ८८८८८ ४९०५०
sakalprakashan@esakal.com

काम करायचे तर
फक्त लोकांचे आशीर्वाद घेण्यासाठीच,
हा संस्कार माझ्या मनावर बिंबवणारे;
लोकसेवेसाठीची माझी ऊर्जा
अखंड कार्यरत ठेवणारे,
माझ्यासारख्या अनेकांच्या पाठीवर
मायेची थाप देऊन
आयुष्यात उभे करणारे,
'सकाळ माध्यम समूहा'चे
व्यवस्थापकीय संचालक
मा. श्री. अभिजित पवार
यांच्या कार्यकर्तृत्वाला
हे प्रेरणादायी पुस्तक
कृतज्ञतापूर्वक समर्पित

संदीप रामराव काळे

पणत्या
तेवत आहेत

प्रस्तावना

संदीप काळे यांनी लिहिलेले 'भ्रमंती लाइव्ह' हे पुस्तक म्हणजे त्यांनी 'सकाळ' या दैनिकाच्या 'सप्तरंग' या साप्ताहिक पुरवणीत एक वर्षभर सातत्याने लिहिलेल्या लेखांचा संग्रह आहे.

सर्वसाधारणपणे दैनिकात व विशेषत: साप्ताहिक पुरवणीत लिहिणे, हे प्रकरण अस्सल साहित्याच्या दृष्टीने थोडेसे डावेच समजले जाते. वर्तमानपत्री लेखनाचे एक गुणवैशिष्ट्य असे, की हे लेखन नैमित्तिक असते आणि काहीसे अल्पजीवीदेखील. कारण वर्तमानपत्र हा दररोजच्या घडामोडींची चर्चा करण्याचा एक फलकच असतो. त्यात कालची बातमी आज शिळी होते. रोजच्या रोज हा फलक पुसून त्यावर आदल्या दिवसाच्या घडामोडींचा नवीन 'इतिहास' (म्हणजे 'काल हे असे असे घडले' असे सांगतात) लिहिला जात असतो. वृत्तपत्रांतील अग्रलेख अनेकदा मोठ्या कुतूहलाने वाचले जातात आणि त्याशेजारील तीन कॉलमी मोठे लेखही सहसा सद्य:स्थितीवरील एखाद्या अवघड विषयाची लोकांना समजेल अशा भाषेत मांडणी करणारे असतात, हे खरेच. ते आपल्या ज्ञानात थोडीफार भर घालणारे वा विचारांना काही खाद्य पुरवणारे असू शकतात, हेही खरेच. पण, सर्वसाधारणपणे तात्कालिकता हे अशा लेखनाचे वैशिष्ट्य समजले जाते. पुन्हा ही सारी कारागिरी वा कामगिरी टी.व्ही. चॅनेल्स आणि मोबाईल्सच्या बहुरंगी 'सोशल प्लॅटफॉर्म्स' बरोबर चालू असलेल्या जीवघेण्या स्पर्धेत आपले स्थान टिकवायचा प्रयत्न करणारी असल्यामुळे वर्तमानपत्रांमध्ये जे काही लिहिले जाते, त्यात इतर अनेक आयामांबरोबरच मर्यादित शब्दसंख्या हाही आयाम महत्त्वाचा ठरतो.

वर्तमानपत्राच्या चौकटीत उपलब्ध असलेल्या जागेचा विचार केला, तर मर्यादित शब्दसंख्येच्या चौकटीत सगळी सर्जनशीलता बसवणे, ही गोष्ट तशी अवघडच म्हटली पाहिजे.

वर्तमानपत्रांच्या रविवारच्या पुरवण्याही फार वेगळ्या असतात, असे नाही. सर्वसाधारणपणे महिला, बालसाहित्य, ललित इत्यादी प्रकारच्या विशिष्ट वाचकवर्गाला समोर ठेवून लिहिले गेलेले साहित्य रविवारच्या पुरवणीत दिलेले असते. त्यामुळे पाककृती, एखादा इमोशनल अनुभव, तोंडी लावण्यापुरत्या 'ललित' कथा-कविता, व्यक्तींच्या खास भावनिक प्रसंगांच्या वा त्यांनी सोसलेल्या संकटांच्या आठवणी; राजकीय, सामाजिक नेत्यांच्या आठवणी, चित्रपट-नाटक इत्यादी कलाविश्वाशी संबंधित माफक शब्दांतील लेख, राजकीय, सामाजिक इत्यादी विषयांमधील काही प्रचलित प्रश्नांची थोडक्यात परिचयात्मक मांडणी, असा सर्वसाधारणपणे पुरवणीचा परिघ असतो, असे मानायला जागा आहे. शिवाय, रविवारचा दिवस हा सुट्टीचा दिवस; तेव्हा वाचकांच्या रविवारच्या वा 'सुट्टीच्या मूड'ला फारसा धक्का न लावता, त्यातल्या त्यात बातम्यांच्या वा अग्रलेखांच्या वा वैचारिक लेखांच्या ठाशीव चौकटीबाहेरचे असे काही वाचनसाहित्य देण्याचा पुरवण्यांचा प्रयत्न असतो. या लेखांनी वाचकांच्या समोर फार मूलभूत असे प्रश्न उभे करणेही अपेक्षित नसते. लेखकांनी वाचकांच्या परिचित विश्वांच्या चौकटी फार न मोडता काहीतरी लिहावे, अशीच त्यांच्याकडून अपेक्षा असते.

असे साहित्य चहाच्या कपाबरोबर वा फावल्या वेळेत वा जेवल्यानंतर वामकुक्षी करताना वाचले जाते, असा वर्तमानपत्री अनुभव असतो. त्यातून 'बातम्या' या प्रकारात न मोडणारे; पण माफक कुतूहल शमन करणारे, असे अनेक विषय भोवती असतात. वाचकांच्या रूढ संवेदनशीलतेच्या वा समजांच्या मर्यादा फार ताणल्या न जाता वा त्यांच्यासमोर त्यांच्या जगण्याशी संबंधित; पण त्रासदायक होतील, असे काही मूलभूत प्रश्न उभे न करता आणि तरीही त्यांना रस वाटेल व थोडक्या वेळेत वाचता येईल असे काहीतरी देण्याचा प्रयत्न पुरवण्या करतात, असा आपला नेहमीचा अनुभव असतो.

मात्र, पुरवण्यांच्या चौकटीत राहूनही अशा प्रचलित समाजांच्या विरुद्ध जाऊन काहीतरी मन खळबळून टाकणारे, मानवी समाजाच्या खळबळींमधल्या परिवर्तनाच्या नव्या दिशा दाखवणारे असे लेखन संदीप काळे यांच्या

'सकाळ'च्या पुरवणीमधील 'भ्रमंती लाइव्ह' या लेखमालेने आपल्याला दिले आहे. हे लेखन प्रक्षोभक आहे, असे म्हणता येणार नाही. परंतु आपल्या सभोवतालीच अस्तित्वात असलेले; पण आपल्याला आजपर्यंत अदृश्यच असलेले विविध जाणिवांचे विश्व आपल्यासमोर उलगडून ठेवणारे आणि त्यातील ताणेबाणे अतिशय तरलपणे; तरीही वस्तुनिष्ठपणे मांडणारे, असे हे विलक्षण परात्मप्रत्ययी लेखन आहे, असे नक्कीच म्हणता यावे. 'सकाळ'मधूनच त्यांच्या अगोदर लिहिणाऱ्या उत्तम कांबळे यांच्या लेखनाची परंपरा पुढे नेणारे असे हे लेख वाचणे हा एक सुंदर अनुभव आहे.

'सामाजिक वास्तव' हा शब्द वापरून वापरून अगदी गुळगुळीत झाला आहे. दारिद्र्य, हिंसा, अन्याय-अत्याचार, फसवणूक, गुन्हेगारी आदी सर्व अनुभव हे या वास्तवाचे विविध पैलू असतात. कोणत्याही संवेदनशील व्यक्तीच्या अंत:करणात दु:ख, संताप, उद्वेग, हतबलता आणि नैराश्य निर्माण व्हावे, अशा पद्धतीने सामाजिक विषयांवरील लेखन सहसा केलेले दिसते. पण आपल्या सभोवतालच्या समाजात केवळ अंधारच नाही, तर अनेक मिणमिणत्या का असेनात; पण पणत्या तेवत आहेत आणि त्यांनी अनेकांच्या काळोखी जीवनात आपल्या सकारात्मकतेने केवढ्या किरणशलाका पेरल्या आहेत, याचा अतिशय हृद्य परिचय करून देणारे हे लेखन वर्तमानपत्री पुरवण्यांच्या प्रस्थापित चौकटीत असूनही वेगळे व त्या चौकटींमध्ये न बसणारे आहे. न बसणारे या अर्थाने, की त्यात एरवीच्या अशा पद्धतीच्या लिखाणातली तात्कालिकतेची व ढोबळ विचारांची चौकट मोडलेली दिसते. हे लेखन आणि त्यातले विषय व व्यक्ती वाचकांना अजिबात परिचित नसलेल्या जगात घेऊन जातात आणि आपल्या जीवनात काही नवे घडवू पाहणाऱ्यांच्या मनांमध्ये सकारात्मक कृतीच्या अनेक शक्यतांचे नकाशे सहजगत्या रेखतात. सामाजिक जीवनाच्या अनेक अंधाऱ्या कोपऱ्यांमध्ये अतिशय परिणामकारक हस्तक्षेप करणारे तरुण / तरुणी या पुस्तकाच्या पाना-पानांवर भेटतात.

परंतु केवळ शिक्षणविषयक हस्तक्षेप करणाऱ्यांचा परिचय करणारे, एवढेच या लेखांचे स्वरूप नाही. हालअपेष्टांनी भरलेले दैनंदिन जीवन जगणाऱ्या सर्वसामान्य लोकांच्या अनेक कहाण्या या पुस्तकात आढळतात. जगण्याचे विविध कोनेकोपरे धुंडाळत नव्या वाटा चोखाळणारे लोक इथे भेटतात; तसेच पैसा, समृद्धी यांचे पाठबळ नसतानाही जिद्दीने आपल्या आणि

दु:खग्रस्तांच्या आयुष्यात बदल घडवणाऱ्यांच्या प्रेरक कथा इथे आढळतात. धर्म, जात, वंश, प्रादेशिकता यांच्या कुंपणांमध्ये अडकलेल्या आणि ती कुंपणे तोडून टाकू पाहणाऱ्या व्यक्तीही इथे भेटतात. विवाह संस्था, कुटुंब यांच्याविषयी काही मूलभूत प्रश्न उपस्थित करणारे विदारक अनुभव इथे येतात. परदेशी असणारी मुले आणि त्यांचे स्वदेशात राहणारे दुर्लक्षित मायबाप, अनाथ मुले, त्यांचे भयंकर जगणे आणि त्यांना मायेचे पांघरूण घालणारी माणसे यांचेही अतिशय हृद्य चित्रण इथे वाचायला मिळते. कलाविश्वात रममाण झालेल्या काही अनोख्या कलावंतांच्या कहाण्याही इथे भेटतात. त्यातल्या सर्व लेखांचा परामर्ष घेणे शक्य नाही, तरीही काही खास लेख मात्र उल्लेख करावा असेच आहेत.

'भ्रमंती लाइव्ह' मधील अनेक लेख समाजातील सर्वसाधारणपणे अपरिचित असणाऱ्या गावांच्या कोनाकोपऱ्यांमध्ये राहून काम करणाऱ्या सर्वसामान्य लोकांचा आणि त्यांच्या कामाच्या वेगळेपणाचा परिचय वाचकांना करून देणारे आहेत. त्यातून या लोकांना काही आर्थिक वा अन्य प्रकारची मदत वा सहकार्य मिळाले, हे केवळ महत्त्वाचे नाही (ते मिळाले ही बाब चांगलीच आहे, तरीही!) तर त्यानिमित्ताने मानवी कार्यकर्तृत्वाच्या विविध दिशांची किती विलक्षण झलक वाचकांच्या विश्वाला जागे करून गेली, किती तरुण मनांमध्ये नव्या उमेदींच्या ऊर्जांचे तरंग निर्माण झाले, याचा लेखाजोखा जरी प्रत्यक्ष मांडता आला नाही, तरी त्या अकराव्या दिशेचे भान वाचकांना देता येणे, आपणही असे काही तरी करावे ही ऊर्मी त्यांच्या उरात जागवणारे हे लेखन आहे, ही बाब फार महत्त्वाची आहे.

वानगीदाखल काही उदाहरणे घेता येतील. लातूर जिल्ह्यात पाखरसावंगी नावाचे एक गाव आहे. त्यात लोकसहभागातील इतर अनेक कामांच्या थोडक्यात आढाव्याबरोबरच धनंजय राऊत या तरुणाने केलेले चंदनशेतीचे प्रयोग आपल्याला केवळ थक्क करतात. एका गरीब शेतमजुराच्या मुलाने घरचे अठराविसे दारिद्र्य असूनही नोकरी-धंदा करण्याचा पारंपरिक रूढ मार्ग सोडून अपारंपरिक कामांचा रस्ता धरला आणि त्यातून चंदनशेतीचा धडा गिरवला. त्याचबरोबर त्या शेतीशी संबंधित असे अनेक व्यवसाय करून त्याने जिद्द, चिकाटी न सोडता आणि मेहनत करून केवळ आपलेच नव्हे; तर इतरांचेही आयुष्य किती बदलता येते, याचा वस्तुपाठच घालून दिला

आहे. आपण आयुष्यभर नोकरी न मिळाल्याने बेकारच राहणार नि गरिबीतच मरणार, हे नैराश्यवादी विचार तरुणांच्या मनातून काढून टाकून तिथे सकारात्मक कृतीची बीजे लावणारा हा वेगळाच जीवनानुभव म्हणून अतिशय ओजस आहे, असे मला वाटते.

शिक्षण क्षेत्रात कार्यकर्तृत्वाच्या वेगळ्या वाटा चोखाळणाऱ्या कितीतरी तरुणांचे जीवनानुभव व जीवनप्रयोग 'भ्रमंती लाइव्ह'मध्ये आढळतात. नांदेड जिल्ह्यातील कमळेवाडी या छोट्याशा गावातल्या विद्यानिकेतन शाळेत शिकवणारे शिक्षक शिवाजी आंबुलगेकर हे आदर्श शिक्षक कसा असावा, याचा वस्तुपाठ आहेत. विद्यानिकेतन ही शाळा समाजातील विमुक्त जाती आणि भटक्या जमाती या वंचित घटकांमधून येणाऱ्या मुलांसाठी आहे. आंबुलगेकर सरांनी मुलांमध्ये वाचनाची सवय रुजावी व रुळावी म्हणून सुरू केलेली 'श्रावण अभिवाचनमाला' आपल्याला, सगळ्याच शाळांमध्ये असे का नाही घडत? असा प्रश्न विचारायला उद्युक्त करते. विशेषतः मुलांनी आपण वाचलेल्या कवितांचे अनुवाद त्यांच्या वेगवेगळ्या भाषांमध्ये करण्याचा अभिनव उपक्रम अनुवाद विषयात रस असलेल्या कोणालाही केवळ रोचक नव्हे; तर वेधक वाटावा असाच आहे. लमाण, अहिराणी, पारधी, मुसलमानी इत्यादी बोलींमधील अशा अनुवादलेखनाचा उपक्रम क्रमिक शिक्षणाची पोपटपंची न करता मुलांमधील सर्जनशीलता कशी जागविता येते आणि भाषाविकसनाची दिशा त्यातून कशी खुली होते हे दाखवितो, आंतरभारतीच्या स्वप्नांना जागे करतो.

झेंडूच्या फुलांना भाव न मिळाल्यामुळे शेतकरी आत्महत्या करीत. त्यावर 'झेंडूची फुले अभियान' हा उपक्रम चालवणारे आणि शेतकरी व त्यांची मुले यांना त्यांच्या फुलांना चांगला भाव मिळवून देऊन आर्थिकदृष्ट्या सबळ बनवणारे व्यवहारकुशल अण्णासाहेब मास्तर, महाविद्यालयाचे जुने ग्रंथालय पुन्हा नव्याने उभे करणारे प्राध्यापक राजाराम वट्टमवार, पदरमोड करून विद्यार्थ्यांचे पालकत्व स्वीकारणारे प्रा. सुरेश पुरी सर; भटक्यांच्या, स्थलांतरितांच्या, वंचितांच्या मुलांना एकत्र करून शिक्षणाच्या प्रवाहात आणणारे व त्यांच्या विविध कलागुणांना विकासाच्या दिशा खुल्या करणारे, निसर्गाशी एकरूप व्हायला शिकवणारे महेश निंबाळकर आणि त्यांची पत्नी विनया, असे अनेक जगावेगळे शिक्षक आज गरीब मुलांच्या शिक्षणाचा पुरा नूरच पालटत आहेत. हे चित्र अतिशय लोभसवाणे आणि सर्जक आहे, इन्स्पायरिंग

आहे. नापास मुलांची आई होणाऱ्या, शिकवण्याची अनोखी शैली असणाऱ्या आणि शिक्षकांच्याही शिक्षक होणाऱ्या शिल्पा खेर, मुलांना समजून घेताना त्यांच्यामधील सामाजिक, बौद्धिक, मानसिक, प्रगतीची काळजी घेणाऱ्या छाया गोलटगावकर, नागपूर भागातील रेड लाइट एरियातील उपेक्षित मुलांसाठी काम करणारे रामभाऊ इंगोले, 'लेक शाळेला पाठवा', असे आवाहन करीत शेकडो मुलींना शाळेचा रस्ता दाखवणारी प्रा. डॉ. सविता गिरे पाटील अशी अनेक जगावेगळी शिक्षणप्रेमी माणसे आपल्याला या पानांमधून भेटतात.

त्याचबरोबर संदीप काळे यांनी काही वेगळ्या पद्धतीचे जीवन जगणारी माणसे आणि त्यांचे विपरीत जीवनही आपल्यासमोर आणले आहे. लोकशाही लोकांच्या नसानसांत भिनावी म्हणून जिवापाड प्रयत्न करणाऱ्या जॉर्ज फर्नांडिसांसारख्या नेत्याचे अतिशय हृद्य चित्र आपल्याला 'जॉर्ज आपले का वाटायचे' या लेखात दिसते; तर 'मरण जगवतं' या लेखातून सामोरी येतात ती नाशिकच्या गोदावरीत उड्या मारून तिच्या पाण्यातून चिल्लर खुर्दा, कपडे, ग्लास, वाटी, नारळ अशा मृतांच्या नातेवाइकांनी नदीत टाकलेल्या वस्तू बाहेर काढणारी लहान-लहान मुले. इतरांचे मरण त्यांना अशा प्रकारे जगवते. मरणाच्या साक्षीने जगणे सिद्ध करणाऱ्या ह्या मुलांची वाचकाला कीव येत नाही, तर दारिद्र्याशी झगडत मरणाच्या साक्षीने व साथीने आपले जीवन जगण्याचा यत्न करणाऱ्या या मुलांची अथक संघर्षकथा आपल्याला स्तिमित करते. हे करूनही परत ही मुले कॉलेजात जाऊन शिकतात. दहावी-बारावीच्या परीक्षेत ७० ते ८० टक्के मार्क मिळवणाऱ्या ह्या मुलांच्या 'मेरिट'चे असे निर्माल्य करणाऱ्या, असे जगणे त्यांच्या माथी मारणाऱ्या समाजव्यवस्थेबद्दलची चीड व घृणाही निर्माण करते.

जळगावमधील 'दीपस्तंभ फाउंडेशन' ही संस्था, या संस्थेमध्ये हातपाय नसणारी मुले, आकाशाला गवसणी घालायची स्वप्ने पाहतात; तर आपल्यासारख्या धडधाकट असलेल्या माणसांनी अशी स्वप्ने का पाहायची नाहीत, हा संदीपने विचारलेला प्रश्न मला खूप आवडला. डॉ. सुगन बरंठ, ऋषिकेश सकनूर, बुद्धप्रिय कबीर, महेश गुंड अशा वेगवेगळ्या चळवळींत काम करणाऱ्या लोकांना एका धाग्यामध्ये ओवण्याचे काम संदीपने या लेखांच्या माध्यमातून केले होते. आजही आमच्या चळवळी संपल्या नाहीत, हे या लेखांतून पुढे आले होते.

जिथे माणुसकी संपते, तिथे दंगलींचा उदय होतो, असे मानणारे पत्रकार खरे तर धर्मांधतेचे विष पोसणाऱ्या इतरांनी (आणि त्यात दंगलींना आपल्या विकृत बातम्यांनी हातभार लावणारे अर्णब गोस्वामींसारखे गोदी पत्रकारही आले) काही चांगुलपणा शिकावा व त्यांचा कित्ता गिरवावा, असेच आहेत. सामाजिक सलोख्याच्या निर्मितीला पत्रकार किती समर्थपणे हातभार लावू शकतात, याची विलक्षण जाणीव इथे दिसून येते. हे सारे लेख आणि त्याचबरोबर इथे विस्तारभयास्तव उल्लेख न केलेले अनेक लेख हे खरे तर मुळातूनच वाचायला हवेत.

संदीप काळे यांची भाषादेखील साधी–सोपी, सरळ आणि समतोल आहे. दृश्यात्मक आहे. काही वेळा तर वर्णन केलेला माणूस व त्याची परिस्थिती आपल्या डोळ्यांसमोर उभी राहावी, इतकी ती प्रत्यक्षदर्शी होते. क्लिष्ट शब्दप्रयोग, प्रासादिक आलंकारिकता, खोटी काव्यात्मकता, ओरखडे काढणारे कडवट व उपरोधपूर्ण विनोद या बाबी इथे क्वचितच आढळतात. मानवी मूल्यात्मकतेचे भान असणारे हे लेखन म्हणूनच सर्वसामान्य वाचकांच्या हृदयाला थेटपणे भिडते. आपल्या पत्रकारितेतून सर्वसामान्य वाचकांच्या नजरेला जीवनाचे हे विविध कोनेकोपरे आणून त्यातल्या अनेकरंगी वास्तवाशी आपल्या जाणिवेचे नाते जोडणारे हे लेखन म्हणूनच अतिशय हृद्य वाटते. त्याबद्दल संदीप काळे यांचे अभिनंदन. त्यांच्या अशा प्रकारच्या व भविष्यातील इतर अनेक प्रकारच्या मानुष वार्तांकनांसाठी त्यांना मनापासून शुभेच्छा.

प्रा. डॉ. माया पंडित

माजी प्र–कुलगुरू, ई.एफ.एल. विद्यापीठ,

हैदराबाद

वर्षभराच्या
भ्रमंतीनंतर...

मन की बात

एम. एस.डी.पी.च्या कामानिमित्ताने मी आणि महेंद्र पिसाळ सर राज्यभर फिरत होतो. या दौऱ्यांमध्ये अनेक लोकांच्या नियुक्त्या आणि एकूणच कामाचं नियोजन करायचं होतं. आम्ही बीडवरून पुण्याला येत होतो. पिसाळ सर म्हणाले, ''तू आधी पत्रकार आहेस आणि नंतर वेगवेगळे प्रोजेक्ट पाहाणारा उत्तम संघटक आहेस. आपण पत्रकार असल्याचा जिवंतपणा आपल्या लिखाणामधून यायला पाहिजे, त्यासाठी तू 'सकाळ'मधून सातत्याने काहीतरी लिहिलं पाहिजेस.'' त्यांचं बोलणं माझ्या डोक्यात सतत घुमत होतं. 'सकाळ'मध्ये एंट्री केल्यापासून यिन, तनिष्का, वॉटरलॅब, एम.एस.डी.पी. अशा अनेक वेगवेगळ्या प्रोजेक्टवर संस्थेच्या अनेक नियोजनांमध्ये माझा सहभाग असायचा. 'सकाळ'मध्ये दुष्काळ दौऱ्यानिमित्त, निवडणूक दौऱ्यानिमित्त अनेक वेळा लिहिलं जायचं. संपादकीयपासून ते वेगवेगळ्या विषयांवर परखड लिखाण व्हायचं; पण सतत ठरवून दिलेल्या वेळेमध्ये, चर्चा होईल असं लिखाण फार कमी व्हायचं. हे लिखाण सातत्याने केलं जावं, असं मलाही वाटायचं; पण त्याची सुरुवात कशी करायची, याचा ताळमेळ मी मागील चार वर्षं कधीच बसवला नव्हता. पिसाळ सरांच्या आग्रहामुळे आता नेमकं काय करायचं, यावर शिक्कामोर्तब झालं होतं. आठवड्यातून एकदा 'सप्तरंग' पुरवणीला उत्तम कांबळे सर लिहीत होते, त्याच स्टाइलचा एक कॉलम आपण लिहावा, हे आता ठरलं होतं. उत्तम कांबळे सरांनी 'फिरस्ती'च्या माध्यमातून मांडलेलं सामाजिक वास्तव

आणि त्याला मिळालेला प्रतिसाद किती जबरदस्त होता, याचे दाखले या प्रवासादरम्यानच मला पिसाळ सर देत होते. उत्तम प्रशासक, उत्तम सीनिअर अधिकारी, उत्तम अनुभव असलेलं व्यक्तिमत्त्व आणि मला सतत 'तू माझा लहान भाऊ आहेस', असं म्हणत पाठीवरून हात फिरवून जीव लावण्याचा हातखंडा पिसाळ सरांचा आहे, तो तेव्हाही होता आणि आजही आहे.

पुण्याला आलो. श्रीराम पवार सरांसमोर कॉलम सुरू करावा, याबाबतचा सगळा प्रस्ताव ठेवला. सरांनाही हा प्रस्ताव खूप आवडला. मागच्या पाच वर्षांच्या कालावधीमध्ये श्रीराम सरांकडे एखादं काम घेऊन गेलो आणि त्यांनी त्याला 'नाही' म्हटलंय, असं कधीच झालं नाही. 'सकाळ'सारख्या संस्थेमध्ये काम करायला मजा का येते, त्याचं कारण म्हणजे इथल्या सीनिअर पठडीमध्ये काम केलेल्या प्रत्येक माणसाकडे दोनशे टक्के सकारात्मकता भरलेली आहे. त्यांच्याकडे कुठलंही काम घेऊन जा; 'नाही' असं शक्यतो कोणी म्हणत नाही. श्रीराम सर तर त्या सगळ्यांच्या पुढचेच. म्हणजे एखादं काम त्यांच्याकडे घेऊन गेल्यावर, ते काम अधिक चांगल्या पद्धतीने कसं होईल, यासाठी त्यांचं चाकोरीबद्ध नियोजन परफेक्ट होत असतं. मला आताही आठवतंय, की रात्री अकरा-सव्वाअकरा वाजले असतील. 'सप्तरंग'च्या सदराला घेऊन ते अधिक चांगलं कसं करायचं आणि त्याच्या नावापासून ते त्याच्या सादरीकरणापर्यंत आमच्या दोघांत आमच्या बाणेरच्या गेस्ट हाउसला चर्चा होत होती. श्रीराम सर सांगत होते आणि मी ऐकत होतो. खूप वेगळेगळ्या नावांनंतर श्रीराम सरांनीच 'भ्रमंती लाइव्ह' हे नाव पुढे आणलं. म्हणजे कालपर्यंत बाळसं असलेल्या या सदराला 'भ्रमंती लाइव्ह' अशा नावाची कानात फुंकर मारून त्याचं नामकरणही झालं होतं. श्रीराम सरांनी अगदी थोडक्यात सांगितलं, की 'तुला जर हे सदर खूप पॉप्युलर आणि टॉपचं करायचं असेल, तर सर्वसामान्यांवर लिही, खूप साध्या शब्दांमध्ये लिही आणि प्रत्येकाला तू मांडत असलेला विषय आपला वाटला पाहिजे यासाठी लिही.' असं म्हणत आमचं या सदराबाबत चाललेलं चर्चासत्र थांबलं होतं.

दुसऱ्या दिवशी मी प्रथम 'भ्रमंती लाइव्ह'मध्ये लातूरच्या धनंजय राऊत या चंदनासाठी काम करणाऱ्या शेतकऱ्यावर लिहिलं. सगळीकडून पहिल्याच लेखाला खूप चांगला प्रतिसाद मिळाला. मग दर रविवारी वेगळा विषय

आणि वेगळ्या प्रतिक्रिया. या वर्षभरात पन्नासहून अधिक आठवड्यांत लिहिलं गेलेला प्रत्येक भ्रमंती लाइव्ह चर्चेचा विषय झाला आहे. दर रविवारी दिवसभर लोकांचे फोन घेण्यात आणि मेल तपासण्यामध्ये मला रात्रीचे दहा कधी वाजतात हेही कळत नाही. श्रीराम सर यांनी सांगितलेली सूत्रं पक्की पाळली. 'जात पंचायतीची कर्दनकाळ', 'नुरी ते दुर्री', 'एक राधा एक मीरा', 'सुन्या सुन्या मैफिलीत' यांसारख्या विषयांवर तर चार-साडेचार हजार मेल आले होते. म्हणजे हे मेल वाचणं, 'थँक्स' म्हणून त्यांना रिप्लाय देणं, हे काम दर रविवारी एखादा लेख लिहिण्यापेक्षाही मला अवघड वाटायचं; पण आनंदाचं काम कंटाळवाणा प्रकार वाटायचं काही कारणच नव्हतं, ते आजही सुरू आहे. प्रत्येक रविवार हा माझ्यासाठी सणासारखा असतो. ज्याप्रमाणे लोकांना वाढदिवसाच्या शुभेच्छा येतात, त्याप्रमाणे मला दर रविवारी शुभेच्छा येतात.

वर्षभराचा पल्ला गाठणं तसं सोप्पं नव्हतं. दहा-दहा वर्षं जी माणसं कॉलम लिहितात, ती माणसं किती प्रयत्नशील असतील हे मला वर्षभराचा पल्ला गाठल्यानंतर समजलं. दर आठवड्याला नवा विषय, हलका-फुलका, लोकांना आवडेल असा, सामाजिक आशयाचा, खूप जण चिंतन करतील असा, अशा वेगवेगळ्या पातळ्या लक्षात घेऊन दर रविवारी कंबर कसायची. ठरलेल्या वेळेत आणि ठरलेल्या ढाच्यात देणं हे सगळं दिव्यच असतं; पण ते दिव्य करण्यात एक वेगळीच मजा येते. मला अनेकांचे मेल, फोन किंवा पत्रं येतात. त्यामध्ये खूप वेळा तुम्ही उत्तम कांबळेंसारखं लिहिता, उत्तम कांबळेंची पोकळी तुम्ही भरून काढली, अशा आशयाचं बरंच काही असतं. मी त्यांना प्रामाणिकपणे आणि नम्रपणे सांगत असतो, की उत्तम कांबळे सर यांच्याशी माझी तुलना दोन टक्केपण होऊ शकत नाही. उत्तम कांबळे हे वेगळं विश्व होतं, त्या विश्वातला मी त्यांचा छोटासा अनुयायी आहे. ते माझे 'उत्तम' मार्गदर्शक आहेत, असं मी सांगायचो. लोकांना खूप साधे सरळ, इमोशनल असलेले, भावनिक गुंता वाढवून एक रस्ता दाखवलेले विषय वाचायला आवडतात. हा माझा वर्षभराचा अनुभव सांगतोय. म्हणजे सेवानिवृत्त झालेले प्राध्यापक, शिक्षक आणि पन्नास वर्षांपुढे गेलेली माणसं अधिक रिप्लाय देतात. वाचल्यानंतर त्यांचे अनुभव सांगतात. त्यात बारामतीचे लक्ष्मण जगताप नावाचे एक शिक्षक आहेत किंवा यवतमाळची प्रीती कांबळे

आहे किंवा नांदेडचे प्राचार्य डॉ. सुरेश सावंत सर आहेत. म्हणजे या माणसांसारखी अनेक माणसं आहेत, की जी दर रविवारी माझ्या लेखाएवढी प्रतिक्रिया पाठवतात. माझ्यापेक्षा खूप उत्तम लिहितात. आपलं म्हणणं खूप कमी शब्दांत आणि वेगळेपणामध्ये मांडतात. आपल्यापेक्षा खूप माणसं आहेत, जी खरंच मोठी आहेत; ज्यांच्याकडे पैसाअडका नाहीये, ज्यांच्याकडे प्रॉपर्टी नाहीये; पण त्या माणसांकडे प्रत्येक घटनेकडे बघण्याचा दृष्टिकोन मात्र माणुसकीच्या चाकोरीतला आहे, अशी ही सगळी माणसं. मी शक्यतो, नाव बदलून कुठल्या घटना लिहिल्या नाहीत; पण अनेक वेळा होतं असं, की नाव बदलावं लागतं. रस्त्यावर भीक मागणारी माणसं, फूटपाथवर दिवसभर काहीतरी करत रात्रीच्या जेवणाची व्यवस्था लावू पाहणारी माणसं या भ्रमंतीदरम्यान खूप अनुभवली. ही सगळी माणसं मनाने प्रचंड श्रीमंत आहेत. म्हणजे 'नुरी ते दुर्री' हा लेख मी लिहिला. एक महिला आणि तिचे दोन नवरे, इतक्या आनंदाने, गुण्यागोविंदाने राहतात, की विचारू नका! त्यांना कशाचंही काहीही पडलं नाही. आला क्षण आनंदाने कसा जगायचा यासाठी त्यांची धडपड सुरू असते. मी तो लेख लिहिला आणि परत अंधेरीला गेल्यावर त्या महिलेला आणि त्या दोन माणसांना दाखवला. मी म्हणालो, ''दुर्री, तुमच्यावर मी हा लेख लिहिलाय. तुम्हाला वाचून दाखवू का ?'' दुर्री म्हणाली, ''व्वा दादा; चांगलं काम केलं तुम्ही, या बसा'' म्हणत तिनं बाजूला पडलेलं एक सफरचंद धारदार ग्लासने कापलं आणि मी जी 'सप्तरंग'ची पुरवणी तिच्याकडे कौतुकाने घेऊन गेलो होतो, त्याच सप्तरंगच्या पुरवणीवर तिने मला ते खाण्यासाठी आणून दिलं. मी तिच्याकडे बघत होतो; पण तिला त्या सप्तरंगच्या पुरवणीपेक्षा मला आणून दिलेल्या सफरचंदामध्ये अधिक आनंद होता. त्या पुरवणीवरचं वाचण्या अगोदरच तिने तिचे चार तुकडे केले. कापलेलं सफरचंद आम्हा चौघा जणांना खाण्यासाठी दिलं. आपल्यावर कोणी काहीतरी लिहिलंय, त्या लिहिण्याला काय महत्त्व आहे, याचं नुरीला किंवा तिच्या दोन्ही नवऱ्यांना काही देणं-घेणं नव्हतं. आम्ही फूटपाथवर भीक मागून खाणारी माणसं. आमच्याकडे कोणीतरी एक भाऊ विचारपूस करायला येतो आणि त्याचा आपण काहीतरी सन्मान करावा, याच आनंदाने ही माणसं भारावली होती. असे अनेक किस्से या वर्षभरात घडले.

मंगेशी मूनने पारध्यांच्या मुलांसाठी वर्ध्यामध्ये मोठं काम उभारलं, या मुलांविषयी मी भ्रमंतीमधून लिहिल्यावर त्यांना पुण्याच्या एका संस्थेने पंधरा दिवस एका फाइव्ह स्टार हॉटेलमध्ये ठेवून त्यांच्या अख्ख्या सुट्टीचा आनंद द्विगुणित केला होता. एवढंच नाही; तर मंगेशीला या लेखानंतर अनेक ठिकाणांहून खूप मदत आली होती. कोणाला किती मदत मिळाली आणि त्यांचं रकमेमध्ये स्वरूप काय होतं, हे मी आता सांगणार नाही; पण ज्यांचं ज्यांचं काम जबरदस्त होतं, ते सर्व लोकांपर्यंत पोहोचावं, या काम करणाऱ्या लोकांना समाजमान्यता मिळवून देण्याचं काम व्हावं, हा उद्देश या भ्रमंतीच्या निमित्ताने सफल झालाय, हे नाकारून नाही चालणार. पुण्याचे धर्मादाय आयुक्त दिलीप देशमुख सर यांनी खूप मोठ्या प्रमाणावर लेखांच्या माध्यमातून आलेल्या अनेक लोकांना मदत केली. शासकीय अडचणीस्तव मी त्या मोठ्या रकमा या ठिकाणी सांगणार नाही; पण कुणाला घर बांधून मिळालं, कुणाच्या अनाथाश्रमामधल्या सगळ्या मुलांसाठी वर्षभराचं राशन मिळालं, कोणाला परदेशातून मदत मिळाली, अशा अनेक पीडितांना यानिमित्ताने आर्थिक आणि सामाजिक मदत या भ्रमंती लाइव्हच्या निमित्ताने झाली. मालेगावची दंगल आता का होत नाही, याचा ऊहापोह करणारा लेख जेव्हा आला, तेव्हा दंगली घडवणाऱ्या त्या प्रत्येक वेगवेगळ्या ठिकाणी राज्यभरातून मालेगाव पॅटर्नकडे एक मॉडेल म्हणून पाहण्यात आलं. चळवळीसारखे अनेक विषय पुढे आले. जातीयता, औद्योगिक चिंता, कौटुंबिक कलह, सामाजिक, पीडित, चांगले शिक्षक, चांगल्या संस्था, उपेक्षित कलाकार, आपल्या गावासाठी, आपल्या समाजासाठी, आपल्या लोकांसाठी काम करणारे तरुण हात, असे अनेक विषय या वर्षभरात हाताळले गेले. आपल्या गावापासून, तालुक्यापासून अनेक वेगवेगळी राज्यं आणि प्रदेश अशा अनेक विषयांना हात घालत नवा विषय समाजासमोर मांडणं आणि त्यातून सामाजिक प्रबोधन, सामाजिक जागर घडवून आणायचं काम यानिमित्ताने झालं.

'सप्तरंग' लोकांच्या हातात जाण्यापूर्वी अगोदर चार-पाच लोकांकडे हा लेख जायचा आणि त्यातून मग अनेक बदल होत, हा लेख बाळसं धरायचा. माझे सहकारी सूरज पाटील, सोनल मंडलिक, महेंद्रप्रताप मोकाशी, 'सप्तरंग' पुरवणीचं काम पाहणारे माझे जिवलग सहकारी प्रदीप कुलकर्णी आणि मंदार

कुलकर्णी या सगळ्या मंडळींच्या नजरेखालून हा लेख जायचा. म्हणजे मोकाशीकाका आणि 'सप्तरंग' लावणारे दोन्ही कुलकर्णी या तिघा जणांचं एक वाक्य असायचं, ''बाप रे! जबरदस्त विषय आहे या आठवड्याचा.'' दुसरं वाक्य असं की, '' हे विषय तुम्हाला मिळतात कसे, पण छान हं! आगे बढो!'' म्हणजे बहात्तरी क्रॉस केलेले मोकाशीकाका, ''माझ्या अख्ख्या बहात्तर वर्षांमध्ये तुझ्यासारखा वेगळ्या विषयावर लिहिणारा कलंदर माणूस मी पाहिलेला नाही,'' असं मला सांगतात. आपल्या सोबत काम करणारी माणसं जेव्हा आपल्याला हत्तीचं बळ देतात, 'तुम्ही काम केलेलं जबरदस्त आहे', असं म्हणत जेव्हा पाठीवर थाप मारतात, तेव्हा तिथे आपल्या कामाची सुरुवात चांगली होते. पेपर छापायला गेल्यावर रात्री एक वाजता आमच्या तळोजा प्रिंटिंग प्रेसमधून आमचे मॅनेजर कुणाल पाटील यांचा फोन येतो. खरं तर पहिले वाचक तेच. ते फोन करतात आणि सांगतात, की ''संदीप, या वेळेसही 'भ्रमंती लाइव्ह' एक नंबर झालंय बरं का! तुमचा विषय वाचून मी अक्षरशः रडलो.'' कुणाल पाटील मला फोन करून थांबत नाहीत, तर तेवढ्या रात्री ज्यांच्यावर तो लेख लिहिलेला असतो, त्यांनाही ते फोन करतात. म्हणजे मला आणि ज्यांच्यावर लेख आहे त्याला आदल्या दिवशी एक वाजल्यापासूनच फोनाफोनी सुरू होते.

यजुर्वेंद्र महाजन यांच्या जळगावमधील संस्थेत लेख आल्यानंतर प्रवेश मागणाऱ्यांची संख्या खूप वाढली होती. लातूरच्या व्यसनमुक्ती केंद्राच्या विजयकुमार यादव सरांनी सांगितलं, की तुमच्या लेखानंतर किमान दोन-तीनशे लोकांनी आम्हाला तुमच्याकडे प्रवेश घ्यायचाय, असा निरोप दिला होता. यजुर्वेंद्र महाजन मला सांगत होते, की तुझ्या लेखानंतर मला लंडनवरून मदत मिळाली. एवढंच नाही; तर एका चहाच्या टपरीवाल्याने मला दर महिन्याला एक छोटीशी रक्कम देऊ केली होती. एवढा सगळा रिझल्ट, माझ्या लेखणीने आणि मिळालेल्या विषयाने होता का, तर त्यात तेवढं तथ्य नव्हतं. तर सगळ्यात मोठी दोन कारणं होती; एक म्हणजे 'सकाळ'चा प्रचंड प्रमाणात असलेला शहरांतील आणि ग्रामीण भागातील खप, विशेषतः रविवारचा खप आणि 'सकाळ'ची प्रचंड विश्वासार्हता. ही दोन्ही कारणं यामागे आहेत. सुरुवातीचे दोन आठवडे मला वेगळे विषय शोधावे लागले.

त्यानंतर अनेक विषय लोकांकडूनच मला मिळायचे. खूप वेगळे आणि प्रत्येकाला भावतील असे विषय मी केलेही. मला महाराष्ट्रातले अनेक विषय कळायचे आहेत. त्या विषयांची खात्री करून घेण्यासाठी मी तिकडे फिरलोय. प्रत्यक्षात तिथे गेल्यानंतर विषयाला धार येते, विषयातलं वेगळेपण पावलोपावली जाणवतंय, हे शंभर टक्के सत्य आहे. तिथं गेल्याचा अजून एक फायदा होतो, तो म्हणजे ती व्यक्ती, ती संस्था आपल्याशी जोडली जाते. आज महाराष्ट्रामध्ये अनेक संस्था आणि व्यक्ती माझ्याशी जोडल्या गेल्यात. एक नोकरी म्हणून मिळणारा आनंद आणि आपण त्या नोकरीतून काहीतरी वेगळं करतो आणि ते टिकणारं असतं, हा मिळणारा आनंद यामध्ये खूप फरक आहे. 'भ्रमंती लाइव्ह'ने मला असा वेगळा आनंद दिलाय आणि एक वेगळी ओळखही!

सर्वोदय, राष्ट्र सेवादल, अंधश्रद्धा निर्मूलन समिती, छात्रभारती या सामाजिक चळवळींत मी काम केलं. बाबा आमटे, अण्णा हजारे, पन्नालाल सुराणा, गोविंदभाई श्रॉफ, बापूसाहेब काळदाते, मेधा पाटकर, कॉ. गोविंद पानसरे, प्रा. राजाराम वट्टमवार, सदाशिवराव पाटील, व्यंकटेश काब्दे अशा वेगवेगळ्या समाजसेवी लोकांच्या, चळवळींच्या सान्निध्यातून आल्याने माझ्याकडे सामाजिक भान आणि सामाजिक जाणीव या दोन्ही गोष्टी शिगोशीग भरल्या होत्या. या मागच्या अनुभवाचा आणि सहवासाचा भ्रमंती लाइव्हच्या प्रत्येक विषयाला फार फायदा झाला. भ्रमंती लाइव्हने वर्ष पूर्ण केलं. माहीत नाही अजून किती वर्षं या कॉलमच्या लिखाणाचा सिलसिला कायम राहील ते; पण एक मात्र आहे, विषयांमध्ये तोचतोपणा नसला तर ते विषय लोकांना आवडतात. भ्रमंतीचं नेमकं तेच झालंय म्हणूनच लोकांनी भ्रमंतीला डोक्यावर घेतलंय.

प्रा. मनोज बोरगावकर या वात्सल्यसिंधु असणाऱ्या लेखक-कवीने भ्रमंतीला अधिक सामाजिक उंचीवर नेण्यासाठी सातत्याने मला सूचना केल्या. खूप नवनवीन बदल यामध्ये कसे असावेत, हे त्यांनी सुचवलं. प्राचार्य सुरेश सावंत, नयन बारहाते यांनी सतत नवीन विषयाच्या वेगळ्या मांडणीबद्दल मला सूचना केल्या. असे अनेक जण आहेत, ज्यांनी भ्रमंती लाइव्हच्या या सगळ्या प्रवासात मला जबरदस्त साथ दिली.

भ्रमंतीच्या या वर्षभरातील विषयांचं एक पुस्तक व्हावं, ही कल्पना पुढे

आली आणि त्यातून एका पुस्तकाचा जन्म झाला. नाव सुचवण्यापासून ते पुस्तकाच्या वेगळेपणाबद्दल अनेक विषय आले आणि शेवटी एका पुस्तकाच्या ढाच्यात बंद झाले. भ्रमंतीच्या निमित्ताने त्या वेगळेपण असणाऱ्या ज्यांनी समाजासाठी काहीतरी केलंय, त्यांना हे शब्द समर्पित आहेत. रवी आमले सर यांनी पुस्तकाचं नाव सुचवलं. पुस्तक निर्मितीत आशुतोष रामगीर यांची भूमिका महत्त्वाची आहे. माया पांडित मॅमने प्रस्तावना देऊन मला दिलेल्या शुभेच्छा आशीर्वाद माझ्यासाठी मोलाचे आहेत.

आदरणीय अभिजित पवार सर हे खऱ्या अर्थाने या सगळ्या प्रवासाचा प्रमुख दुवा आहेत. माहीत नाही त्या माणसामध्ये काय जादू आहे ते. प्रत्येक विषयाला, प्रत्येक सामाजिक उपक्रमाला वेगळेपण देण्यात त्यांचा हातखंडा आहे. भ्रमंतीमधल्या अनेक विषयांवर त्यांनी माझी पाठ थोपटली. "संदीप, तुझ्या लिखाणाला तोड नाही. तू जे विषय मांडतोस ना, ते खूप जबरदस्त असतात," अशा शब्दांत त्यांनी माझं अनेक वेळा कौतुक केलंय. सूचनाही केल्या. वर्षभरात अवघा महाराष्ट्र कव्हर कसा होईल हे मी सुरुवातीपासूनच हेरलं होतं; त्यामुळे वर्षभराच्या भ्रमंतीत महाराष्ट्रातील सगळे जिल्हे कव्हर झाले. आपण भ्रमंती लाइव्हचं मागच्या वर्षासाठी खूप कौतुक केलं, तिला आशीर्वाद आणि शुभेच्छा दिल्या, आता भ्रमंतीचं एक नवीन बाळ पुस्तकरूपाने जन्माला येतंय, त्यालाही आपण अशाच शुभेच्छा द्याल, ही अपेक्षा व्यक्त करून थांबतो.

तुमचाच
संदीप रामराव काळे

"Great things are done
when men and mountains meet."

- William Blake

गाथा आनंददूताची,
कथा परिवर्तनाची...

आतला क्रम

आतला आवाज

मी सोलापूर दौऱ्यावर असताना रविवारी सकाळीच रा. रं. बोराडे सरांचा फोन आला. लेखाचं कौतुक करत होते. सूचनाही करत होते. बोराडे सरांची ओळख तशी अलीकडची; पण त्यांनी दिलेल्या सूचना, अधिकारवाणीनं सांगितलेले अनेक बदल यावरून त्यांची आणि माझी ओळख खूप वर्षांपासूनची आहे, असं मला वाटत असतं. फोन ठेवताना ते म्हणाले, ''तू सोलापूरला जाशील, तेव्हा ऊर्मिला आगरकर या महिलेला भेट. तुला त्यानिमित्तानं वेगळा विषय हाताळता येईल.''

मी त्यांना लगेच म्हणालो, ''अहो सर, मी तर सोलापूरलाच आहे.''

सर म्हणाले, ''ठीक आहे, मग तू भेट ऊर्मिलाला.''

ऊर्मिला यांच्याविषयी सरांनी मला बरंच काही सांगितलं

होतं, त्यामुळे त्यांना भेटायची फार उत्सुकता लागली होती. बोराडे सरांनीच मला ऊर्मिला यांचा संपर्क नंबर पाठविला. त्यांच्याशी बोलणंही झालं आणि दुसऱ्या दिवशी सकाळी भेटायचा बेतही आखला.

ठरल्याप्रमाणे मी त्यांच्या घरी पोचलो. घरासमोर सुंदर रांगोळी काढली होती. मी ती रांगोळी पाहत होतो. बेल वाजवली. घरात प्रवेश झाला. ऊर्मिला माझ्यासमोरून थोड्याशा बाजूला झाल्या, तशी माझी नजर घरातल्या अनेक पुरस्कारांवर पडली. 'आई पुरस्कार', 'माता पुरस्कार', 'उत्कृष्ट लेखन पुरस्कार'; उत्कृष्ट हस्ताक्षर, लेखन अशा कितीतरी स्पर्धांचे पुरस्कार आणि पारितोषिकं माझ्या डोळ्यांसमोर दिसत होती. ऊर्मिला आगरकर (संपर्क नंबर : ९३७०४०८५३५) यांचे पती राजेंद्र आगरकर यांनीही माझं स्वागत केलं. बोलता आणि ऐकू येत नसलेली त्यांची मुलगी मानसी हीदेखील माझ्या बाजूला येऊन बसली. कदाचित मी कोण आहे हे ऊर्मिला यांनी अगोदरच मानसीला सांगितलं असावं. आमच्या परिचयाचा कार्यक्रम संपला होता. मानसी आत गेली आणि तिनं तिचे आतापर्यंतचे काही जुने अल्बम माझ्यासमोर आणून ठेवले. रांगोळी, टाकाऊ वस्तूंपासून वेगवेगळ्या देखण्या वस्तूंची निर्मिती, ऑनलाइन दागिने विकण्याचं मानसीनं हाती घेतलेलं काम, हे सगळं त्या अल्बममधून मला दिसत होतं. मानसीच्या आई ऊर्मिला यांनी मानसी जन्मल्यापासून आतापर्यंतचा सगळा प्रवास माझ्यासमोर ठेवला. हा सगळा

ऊर्मिला आगरकर

मानसी आगरकर

प्रवास त्यांनी 'मनीमानसी' या पुस्तकातही मांडलाय.

आपल्या मुलींसाठी ऊर्मिला यांनी जे काही केलं, ते कुठल्याही आईला किती जमेल किंवा एखादी आई ऊर्मिला होण्यासाठी इतक्या हिरिरीनं पुढं येईल का, हा मला पडलेला प्रश्न आहे. मानसी सध्या बँकिंग क्षेत्रात अधिकारी होण्यासाठी स्पर्धा परीक्षेची तयारी करते. तिचं शिक्षण बी. ई. कॉम्प्युटर सायन्स झालंय. त्यामध्ये तिला ७० टक्के, डिप्लोमाला ८० टक्के, दहावीला ८१; तर पहिलीला ९८ टक्के गुण होते. मानसीला जन्मत:च वाचादोष आणि श्रवणदोष आहे; पण भोवतालच्या शारीरिकदृष्ट्या परिपूर्ण असलेल्या आणि सर्वगुणसंपन्न असलेल्या मुलींना तिनं मागे टाकलंय.

तिच्यामध्ये एवढा आत्मविश्वास, एवढी ऊर्जा आणि एवढं अफाट बळ आलं कुठून, हा प्रश्न मलाही पडला होता. मला पडलेल्या सगळ्या प्रश्नांची उत्तरं मानसीच्या आई देत होत्या. मानसी एकीकडं वाढत होती आणि दुसरीकडं तिच्या आई–बाबांची काळजी वाढत होती. मानसीच्या जन्मानंतर तीन वर्षांत त्यांच्या लक्षात आलं, की आपली मुलगी आता बोलूच शकत नाही आणि तिला ऐकायलाही येत नाही. सर्व वैद्यकीय इलाज करून बघितले; पण काही उपयोग झाला नाही. आपलं बाळ आता असंच राहणार का, तिच्या आयुष्याचं काय होणार, त्यात अत्यंत गरीब परिस्थिती असे सगळे प्रश्न ऊर्मिला यांच्यासमोर होते. या सगळ्या प्रश्नांच्या भोवऱ्यातून ऊर्मिला बाहेर पडल्या. 'माझी मुलगी इतर धडधाकट मुलींप्रमाणेच वावरली पाहिजे, जगली पाहिजे, त्यासाठी मी वाटेल ते करीन,' या जिद्दीने ऊर्मिला कामाला लागल्या. 'तिला बोलता येत नाही, ऐकू येत नाही, या सहानुभूतीखाली कुठल्याही पद्धतीची भीक माझ्या पोरीला नको. कोणाच्याही मदतीशिवाय ती आपल्या आयुष्यात खंबीरपणे उभी राहून जगली पाहिजे,' हीच भूमिका घेऊन ऊर्मिला कामाला लागल्या. गेल्या काही वर्षांमध्ये ऊर्मिला यांनी जे काही केलंय, त्याला आता खूप यश आलं आहे. त्यात ऊर्मिला आणि त्यांचे पती राजेंद्र यांच्या उमेदीचे सगळे दिवस निघून गेले. परिणामी आज मानसीच्या रूपानं तयार झालेली 'सुपर' मुलगी माझ्यासमोर उभी होती. मूकबधिरांशी संबंधित सगळी प्रशिक्षणं ऊर्मिलाने घेतली. मुंबईच्या 'सेंट्रल स्कूल ऑफ डेफ'मध्ये तीन वर्षं काढून अगोदर मूकबधिरांची सगळी शास्त्रीय भाषा ऊर्मिला शिकल्या आणि मग

हळूहळू ती भाषा ऊर्मिला यांनी मानसीला शिकवली. ऊर्मिला यांच्या आयुष्याचा खूप काळ मूकबधिरांची शास्त्रीय भाषा शिकण्यामध्ये गेला.

या काळात मानसीचा भाऊ निखिल याची पूर्ण जबाबदारी ऊर्मिलांचे पती राजेंद्र यांनी स्वीकारली होती. ते सोलापूरलाच राहत होते. आहे ते सगळं विकून आपल्या दोन्ही मुलांच्या आयुष्यासाठी हे पती-पत्नी कामाला लागले होते. निखिल बी. ई. पदवीमध्ये विद्यापीठात पहिला आला. परदेशामध्ये स्कॉलरशिप मिळावी म्हणून प्रयत्न करत होता; पण बराक ओबामा यांच्या काळात भारतीयांना मिळणाऱ्या सर्व स्कॉलरशिप बंद करण्यात आल्या होत्या. निखिल आता परदेशात आहे. तिथं तो जॉब करतोय. त्याची परदेशातच जाऊन सेटल होण्याची फार इच्छा होती. परदेशातलं शिक्षण घेताना तो अमेरिकेमधल्या एका मंदिरात राहिला. मंदिरात लोकांकडून मिळणाऱ्या अन्नावर त्यानं आपली गुजराण केली; पण जिद्द सोडली नाही. तो शेवटी शिक्षण पूर्ण करून अमेरिकेमध्ये स्थायिक झाला. आता त्याच्या जिवावर घराचा संपूर्ण गाडा चालतोय.

''मानसीचं करता करता निखिल कधी मोठा झाला, हे मला कळलंच नाही. एक आई म्हणून मला माझ्या पोराला प्रेम देता आलं नाही. त्यानंही तशी जाणीव मला कधी होऊ दिली नाही,'' असं सांगताना ऊर्मिला यांचे डोळे पाणावले होते. खूप साधेपणा, सहजपणा आणि एकमेकांना अपार जीव लावायची परंपरा या घराकडून शिकायलाच पाहिजे, असं मला मनोमन वाटत होतं. ऊर्मिला यांनी निखिलशी फोनवर माझं बोलणं करून दिलं. आई-बाबांवर नितांत प्रेम असलेलं हे गुणी लेकरू आपल्या आई-वडिलांपासून दूर असल्याची खंत व्यक्त करत होतं. मानसीच्या आयुष्यातील सगळे बारकावे मी यादरम्यान टिपत होतो. मानसीचं प्रचंड फ्रेंडसर्कल, तिनं बनवलेल्या वस्तूंच्या ऑनलाइन विक्रीतून तिला मिळणारे पैसे, तिचं वाचन, माणसं जोडण्याची पद्धत हे सगळं मी पाहत होतो. व्हॉट्सॲप आणि टीव्ही या दोन गोष्टींच्या नादी न लागलेली मानसी इतकी अप्रतिम रांगोळी काढते, की तिच्यासमोर मोठा कलाकारही फिका पडेल.

मी मानसीला तिच्या लग्नाबद्दलच्या कल्पना विचारल्या, तर तिनं तिच्या आई-वडिलांकडं बोट दाखवलं. त्यानंतरही ती काहीतरी इशारे करून मला

सांगत होती. ती काय सांगत आहे, असं मी ऊर्मिला यांना विचारलं. त्यावर ऊर्मिला म्हणाल्या, ''मी माझ्या आईला आणि बाबांना सोडून कुठंही जाणार नाही.''

मी भ्रमंतीच्या निमित्तानं खूप फिरलो. महाराष्ट्रभर खूप लोकांना भेटलो. त्यात मला ही संस्कृती जरा वेगळी वाटत होती. म्हणजे मुलं मोठी झाली, आपल्या पायावर भक्कम उभी राहिली, की ती आपल्या आई-वडिलांना विसरतात. इथलं वातावरण अगदी उलटं होतं. मुलं मोठी झाली, भक्कम उभी राहिली; पण त्यांच्या मनात आपल्या आई आणि वडिलांविषयीचं प्रेम जसं लहानपणी होतं, तसंच आजही आहे. ऊर्मिलाताईंच्या घरात असताना वृद्धाश्रमामध्ये असलेल्या अनेकांच्या आई-वडिलांचे चेहरे माझ्या डोळ्यांसमोर येत होते. आपण एखादं कुत्र्याचं पिल्लू पाळलं, त्याच्या पाठीवरून रोज हात फिरवला, त्याला आपलंसं केलं, तर ते पिल्लू रात्री झोपतानाही आपल्या कुशीचा आधार घेतं; पण जन्म दिलेला पोटचा गोळा आपले हात-पाय थकल्यावर आपल्याला आधार देत नाही. असं का होत असेल, असा प्रश्न मला पडला होता. दोष आई-बाबांच्या प्रेमाचा असतो का मुलाच्या वाढत्या वयाचा, हे न सुटणारं कोडं होतं. त्या पार्श्वभूमीवर इथलं वातावरण मला सकारात्मक आणि आश्वासक वाटलं.

सतत बोलणं, मानसीला समजावून सांगणं, तिला सातत्यानं काहीतरी नवीन शिकवणं यातून ऊर्मिला अक्षरशः खंगून गेल्या. टेन्शनमुळे दोन्ही डोळ्यांवर ताण आल्यानं ऑपरेशन झालंय. पाठीचा आजार आहे, तरीही त्यांनी या लढाईतून माघार घेतलेली नाही. केवळ एका मानसीलाच घडवून, उभी करून ऊर्मिला थांबल्या नाहीत, तर त्यांनी अशा अनेक मानसींचा आयुष्यभर आधार बनण्याचा निर्णय घेतलाय. मी ज्या ठिकाणी त्यांच्या घरी बसलो होतो, त्या ठिकाणी दुसऱ्या खोलीत ऊर्मिला यांचा एक वर्ग सुरू होता. बोलता येत नाही आणि ऐकायलाही येत नाही, अशी किमान दहा-बारा मुलं-मुली त्या क्लासमध्ये ऊर्मिलाताईंनी दिलेले धडे गिरवत बसल्या होत्या. कुणाला आई नाही, कुणाला बाबा नाही, कोणी मामाच्या घरी राहतं, कोण शेतकऱ्याचा मुलगा आहे, कोण हमालाचा मुलगा आहे, अशी बारा बलुतेदारांची मुलं धिटाईनं आयुष्याच्या लढाईत उभी राहण्यासाठी ऊर्मिलाताईंचा हात धरून हळूहळू पुढं सरकत होती. मानसीचं सोडा, ती खूप उंचीवर गेली;

पण ही सगळी मुलंही त्या उंचीच्या दिशेनं वाटचाल करत होती.

आपल्या समाजातली एक वाईट पद्धत आहे. निसर्गानं एखाद्याला अपूर्ण, कुरूप बनवलं, तर त्याची टिंगलटवाळी करण्याचा नाद काही मंडळी सोडत नाहीत. त्याला बिचारी मानसी तरी कशी अपवाद असेल ? पण मानसीनं सोलापूरच्या ऑर्किट इंजिनिअरिंगमध्ये शिक्षण घेतलं आणि कॉलेजमध्ये ती पहिली आली. तिच्या हस्ते १५ ऑगस्टला झेंडावंदन करून प्राचार्यांनी धडधाकट मुलांना काहीही न सांगता एक मोलाचा संदेश दिला.

मी या घरातून सगळ्यांचा निरोप घेतला. या सगळ्या मनानं मोठ्या असणाऱ्या प्रत्येक पात्राचा चेहरा माझ्या डोळ्यांत घर करून उभा होता. ऊर्मिला, मानसी, राजेंद्र, निखिल ही सगळी पात्रं माझ्यासाठीही आयडॉलच होती.

तिसरीमध्ये असताना डॉक्टरांनी ऊर्मिला यांना सांगितलं होतं, 'या मुलीला पुढं शिकवू नका, शाळेत पाठवू नका, तिच्या डोक्यावर ताण देऊ नका'; पण डॉक्टरांनी दिलेला सल्ला धुडकावून ऊर्मिला यांनी आपल्या मुलीला इंजिनिअर तर बनवलंच; पण आयुष्यातल्या आत्मविश्वासाच्या सगळ्या परीक्षा तिच्याकडून पास करवून घेतल्या. आपल्या मुलांसाठी वेळ न देणाऱ्या, स्वत:च्या करिअरला प्राधान्य देणाऱ्या जगातल्या तमाम आई-बाबांसाठी ऊर्मिला आणि त्यांचे पती राजेंद्र हे दोघंही एक आयडॉल आहेत. आज अनेक ठिकाणी नवरा-बायकोच्या करिअरपुढे मुलांच्या उभं राहण्याचं फारसं कुणाला महत्त्व वाटत नाही, अशी परिस्थिती आहे. दुभंगलेली कुटुंबपद्धती त्याला तितकीच जबाबदार आहे. प्रत्येक घरात अशा ऊर्मिला आणि राजेंद्र पुढं येऊन गड सांभाळणार नाहीत; पण त्यांच्यासारखे आपल्या मुलांसाठी प्रयत्न करायला काय हरकत आहे ? आपल्या आयुष्याची खरी कमाई कोणती आहे आणि त्याला कुठल्या पद्धतीनं आपल्याला घडवावं लागेल, हे या जोडप्याला कळलं. त्यांनी त्या त्या काळात खूप गंभीर पद्धतीनं काम केलं, त्यासाठी कुठलाही मुहूर्त पाहिला नाही. 'माझ्या मुलांना सुखी ठेव,' असं म्हणून देवापुढं हात जोडून ते कधी नवस बोलले नाहीत. त्यांनी एक ध्येय मनात बाळगलं आणि अत्यंत चिकाटीनं ते पुढं नेलं. त्यातून त्यांना जे मिळालं, त्याचं मोल अनमोल आहे!

'ती' सोडत नाही

त्या दिवशी लातूरमध्ये होतो. सकाळी सहा वाजता रामेश्वर धुमाळ यांचा फोन आला, 'झाला नाहीत का तयार अजून... ? काय करूलालाव सर ? काय बोलूलालाव सर... ? आपल्याला निघायचं आहे.'

धुमाळ आपल्या लातुरी स्टाइलनं माझ्याशी बोलत होते. लातूरमध्ये निवडणुकीच्या अनुषंगानं काही व्यक्तींना आम्ही भेटणार होतो. धुमाळ म्हणजे उत्साही व्यक्तिमत्त्व. पुढच्या तासाभरात आम्ही भेटलो आणि जिथं जायचं ठरलं होतं तिकडे निघालो. जुन्या एमआयडीसीत एका बाजूला एक भली मोठी रांग लागली होती. या रांगेत असणारे आणि रांगेत असणाऱ्यांना भेटणारे लोक दीन-दुःखी, रडवेले दिसत होते. काही जणांच्या चेहऱ्यावर कणव होती, माया होती.

नाना तऱ्हेची रूपं असणारी ही रांग होती.

''ही रांग कशाची आहे?'' सूरज पाटील आणि हर्षल भदाणे या दोन सहकाऱ्यांनी धुमाळ यांना विचारलं.

धुमाळ म्हणाले, ''बाजूला व्यसनमुक्ती केंद्र आहे. अनेक व्यसनांनी ग्रस्त असणारे राज्यभरातले लोक इथं असतात. या लोकांना नातलगांनी भेटण्यासाठीचा आठवड्यातला एक दिवस ठरलेला असतो. आज तो दिवस आहे, त्यामुळे ही रांग लागलेली आहे.''

एक रांग होती नातेवाइकांची आणि एक रांग होती 'आम्हाला व्यसनमुक्ती केंद्रात प्रवेश द्या' अशी विनंती करणाऱ्यांची. बाजूला गाडी लावून आम्ही चौघंही त्या दृश्याकडे पाहत होतो. माणसं व्यसनात बुडून चांगल्या आयुष्याला का मुकतात? त्रास का करून घेतात? असे अनेक प्रश्न ती रांग पाहून मनात येत होते.

डोळ्यांभोवती काळजीची काळी वर्तुळं, चिंताग्रस्त मन, तोंडावरून अलगद फिरणारा लहान मुलांचा स्पर्श... असं सारं चित्र व्याकूळ करत होतं. धुमाळांनी दरवाजा उघडून आम्हाला आत नेलं.

'तेरे नाम'मध्ये सलमान खान वठवत असलेल्या पात्राला वेड लागल्यावर जसं एका ठिकाणी ठेवतात, तसंच आतलं चित्र होतं. खूप शहाणी, सज्जन, बुद्धिमान माणसं; पण व्यसनापायी जग त्यांना वेगळं दिसत होतं. काय

करावं, कसं जगावं, यातून बाहेर कसं पडावं, हे त्यांना सुचत नव्हतं. भेटायला आलेल्या आपल्या लहान मुलांना छातीशी लावून रडणारे ते डोळे माझ्या मनात अनेक प्रश्न निर्माण करत होते.

आम्ही आत गेलो. हे व्यसनमुक्ती केंद्र आहे 'जीवनरेखा प्रतिष्ठान'चं. त्याचे प्रमुख आहेत विजयकुमार यादव (९३७२३४६४७६). यादव सर आणि धुमाळ यांची चांगली ओळख आहे. धुमाळ यांनी आम्हा सर्वांची यादव सरांशी ओळख करून दिली.

यादव सरांनी आमच्याशी बोलताना सुरुवातीपासून आतापर्यंतचा सगळा प्रवास उलगडला. कुठल्याही पुरस्कारा-सन्मानाशिवाय ते हे जे काम करत आहेत, त्या कामाचं मोल नक्कीच खूप मोठं आहे.

हजारो लोकांना व्यसनाच्या खाईतून सुखरूपपणे परत आणण्यात यादव सरांना यश आलं आहे. आपल्या एका नातेवाइकाचा धुळीला मिळालेला

संसार आणि गेलेला जीव, त्याला कारण असलेलं व्यसन... यातूनच यादव सरांना व्यसनमुक्ती केंद्र काढावंसं वाटलं. व्यसनग्रस्त माणसं व्यसनमुक्त करावीत, असं त्यांना तीव्रतेनं वाटू लागलं आणि इथं हे काम सुरू झालं.

यादव सरांनी या कामात स्वत:ला पूर्णपणे वाहून घेतलं आहे. सकाळी आठ ते रात्री ११ वाजेपर्यंत ते या व्यसनग्रस्त लोकांची सेवा टीममधल्या सहकाऱ्यांच्या मदतीनं करतात. एखाद्या व्यक्तीची परिस्थिती, त्याला जडलेलं व्यसन या सगळ्या गोष्टी लक्षात घेऊन यादव सर त्यांना आपल्या केंद्रात प्रवेश देतात. ठरवून दिलेल्या कालावधीत ठीक होऊन लोक आपापल्या घरी परतात.

व्यसनमुक्त मंडळींनी तिथल्या नोंदवहीत लिहिलेल्या भावना वाचून मी भारावून गेलो.

अनेक रुग्ण इथं मोफत राहतात. त्यांच्या खाण्याची, औषधपाण्याची व्यवस्था केंद्रातर्फे केली जाते. यादव यांनी अनेक किस्से सांगितले. वरच्या मजल्यावरच्या कार्यालयातून आम्ही खाली आलो. जेवणासाठी खूप मोठी पंगत बसली होती.

यादव सर म्हणाले, ''आपण थोडं थोडं जेवू या.''

आम्ही जेवायला बसलो. गरमागरम पदार्थांचं ताट समोर आलं.

'वदनी कवळ घेता नाम घ्या श्रीहरीचे।
सहज हवन होते नाम घेता फुकाचे।
जीवन करि जीवित्वा अन्न हे पूर्ण ब्रह्म।
उदरभरण नोहे जाणिजे यज्ञकर्म ।

कुणीतरी जोरात श्लोक म्हणायला सुरुवात केली...

ताटातली भाकरी, वांग्याची भाजी, कांदा-मेथीची भाजी, भरीत, ठेचा, दही हे सगळं बघून माझं काही श्लोक म्हणण्यात मन लागेना. श्लोक एकदाचा संपला आणि मी ताटावर तुटून पडलो. ताटातलं संपल्यावर लक्षात आलं, की आता कुठं शेजारच्यांचं जेवण सुरू झालं आहे.

''मला चार-पाच लोकांशी बोलायचं आहे,'' असं मी यादव सरांना म्हणालो.

यादव सर तयार झाले. एका खोलीत त्यांनी एकेकाला बोलावलं.

पाथर्डी (जिल्हा : नगर) इथला सुरेश पाचपुते आपली दारू सुटावी म्हणून इथं काही महिन्यांपासून उपचार घेत आहे. सुरेश ३४ वर्षांचा आहे. १२ वर्षांपूर्वी मित्रांसोबत ३१ डिसेंबरला सुरेशनं एंजॉयमेंट म्हणून दारूचा ग्लास पहिल्यांदा ओठांना लावला. तेव्हापासून ते आतापर्यंत त्या एका ग्लासानं सुरेशचा सत्यानाश केला आहे.

''२४ तास पोटात दारू नसेल तर पोटात सुरा खुपसून घ्यावासा वाटतो. घरची ७० एकर जमीन आहे. वडील वकील आहेत. घरी नोकर–चाकर आहेत. वडिलांचा सगळा सज्ज असा 'सेटअप' आहे. मला काही करायची गरज नाही; पण या व्यसनानं मला इतकं जखडून ठेवलं आहे, की काय करावं हेच मला सुचत नाही. दारूमुळे चुकीचं घडतंय, वाईट होतंय, सत्यानाश होतोय हे मला कळतंय; पण त्यातून बाहेर पडायचं कसं ?'' आपली समस्या सांगताना सुरेश रडवेला झाला.

बाहेर सुरेशची पत्नी मुलींसह त्याला भेटायला आली होती.

''बाहेर तुम्ही ज्यांच्याशी बोलत होतात, खेळत होतात, त्या दोन मुली तुमच्याच का ?'' असं विचारल्यावर सुरेशच्या भावनांचा बांध फुटला. तो सांगू लागला, ''या दोन्ही मुलींना माझ्या अंगावर झोपल्याशिवाय झोप लागत नाही. मी मातीत कितीही मळलेला असेन, दारूच्या नशेत असेन, तरीही मुली माझ्या अंगाला येऊन चिकटतात. मी इकडं दाखल झाल्यानंतर तिकडं सुरुवातीचा एक महिना मुली जेवत नव्हत्या, असं मला बायकोनं सांगितलं. मग त्या दर आठवड्याला मला भेटायला येऊ लागल्या. तिकडं गेल्या की मुली पुन्हा रडतात... मग पुढच्या आठवड्यात पुन्हा भेटणं आणि पुन्हा रडणं...''

दुसरा कोल्हापूरचा सचिन माळी.

तो सांगू लागला, ''सातवीत असतानाच मित्रांसोबत दारू प्यायची सवय मला जडली. घरी सोने–चांदीचं दुकान, मोठं ऐश्वर्य, सगळ्या सुखसोई; पण माझ्या व्यसनामुळे सगळं घर विस्कळित झालं. दहावीला नापास झालो आणि वडिलांचा व्यवसाय करायचा म्हणून दुकानात बसू लागलो. व्यवसायाचं नव्हे; तर डोक्यात सतत एकच चक्र फिरायचं... दारू केव्हा मिळेल ? दारू पिणारे, विकणारे मित्र, चोरून दारू पुरवणारे मित्र अशा सगळ्यांची एक गँग तयार झाली आणि 'आपलं आयुष्य यांच्यासाठीच आहे' अशा आविर्भावात

मी जगू लागलो. आयुष्याचा एकच उद्देश व तो म्हणजे दारू, गांजा, गुटखा हे आपल्या पोटात सतत असणं! मला सांगून–समजावून निराश झालेल्या माझ्या वडिलांनी जगाचा निरोप घेतला तेव्हा मला सगळ्यात मोठा धक्का बसला. काय करावं ते सुचेना. मी व्यसनाच्या इतका आहारी गेलो, की व्यसनाशिवाय दुसरा कुठलाच विचार मनात नसायचा. वडिलांचा व्यवसाय बंद पडला. आई सतत आजारी पडू लागली. माझ्या व्यसनाला कंटाळलेली बायको सहा वर्षांच्या मुलीला आमच्याकडंच ठेवून घर सोडून निघून गेली. मी अनेकदा आईच्या डोळ्यांत माझ्या काळजीनं तिचा मृत्यू पाहिला होता. मला आईला गमवायचं नव्हतं, म्हणून गेल्या तीन महिन्यांपासून इथं येऊन गांभीर्यानं उपचार घेत आहे. मला माझं शरीर साथ देत नाहीय; पण मनाची तयारी असल्यानं अनेक वेळा मनापुढं शरीराला माघार घ्यावी लागते.''

निराश झालेल्या सचिनच्या हातावर मी हात ठेवला. त्याचे काळजीत बुडालेले डोळे माझ्याकडे रोखून पाहत होते.

यानंतर मी भेटलो संगम जोशी याला.

संगम जोशी हा पुण्यातल्या शिवाजीनगरचा. त्याची कहाणी मन हेलावून टाकणारी होती.

संगमनं सांगितल्यानुसार, ते तिघे भाऊ सोबत बसूनच दारू प्यायचे. संगम हा धाकटा. दोन्ही भाऊ दारूमुळे अनेक आजार होऊन मृत्युमुखी पडले. एकत्रित बसून दारू प्यायची सवय त्यांना वडिलांनीच लावलेली होती. त्यात पहिला बळी गेला तो वडिलांचा. घरात आई कॅन्सरच्या आजारानं त्रस्त आहे. संगमच्या दोन्ही भावांच्या बायका आपल्या मुलांना घेऊन माहेरी गेल्या आणि त्यांनी दुसरं लग्नही केलं. संगमची बायकोही त्याला सोडून गेली. संगमला १० वर्षांची मुलगी आहे. विकून विकून थोडीशी राहिलेली संपत्ती त्यानं मुलीच्या नावावर केली आणि व्यसनमुक्त होण्यासाठी विजयकुमार यादव यांच्या या केंद्रात तो दाखल झाला. दुसरं लग्न करून संसार थाटावा असा विचार संगमच्या मनात गेल्या तीन वर्षांपासून येत आहे. मात्र, त्याला कुणी मुलगी देत नाही. आपल्या मुलीसाठी, आईसाठी संगमनं अखेरचा आधार म्हणून लातूरचं हे व्यसनमुक्ती केंद्र गाठलं. इथलं वेळापत्रक आणि नियमावली यामुळे संगमचं व्यसन बऱ्यापैकी सुटलं आहे. मात्र, हाता–पायांना

थरथरी भरते. एकीकडे दारूची बाटलीही त्याच्या डोळ्यांसमोर येते; तर दुसरीकडे आपल्या लहान मुलीचा आणि आईचा चेहरा दिसतो. गेल्या तीन महिन्यांत आपण आईला आणि मुलीला प्राधान्य दिल्याचं तो सांगतो.

उस्मानाबादच्या माकणी इथला सतीश लोखंडे म्हणाला, ''भावानं माझ्याही शेतावर कब्जा केला. भांडणं वाढत राहिली. भाऊ कुणाचं ऐकेना. आपलं पद गेलं, प्रतिष्ठा गेली... घरात सतत बायकोची किरकिर या सगळ्यामुळे वयाच्या पंचेचाळिशीनंतर मी दारू प्यायला सुरुवात केली. 'दारू प्यायल्यावर सगळं टेन्शन दूर होईल' असं मित्रांनी सांगितलं आणि तेच मनात घेऊन मी दारू प्यायला सुरुवात केली. दारू प्यायल्यानं काही काळासाठी टेन्शन दूर होतं; मात्र आपल्या हातून नशेत जे नुकसान घडतं ते भरून निघण्यासारखं नसतं. मुलाचं, मुलीचं लग्नं कसं झालं, नातवंडं कशी मोठी झाली हे दारूच्या नशेत, भावाच्या तिरस्कारात कधीच कळलं नाही. गावातल्या ज्या मंदिरातल्या देवावर माझी श्रद्धा होती, त्या मंदिरातल्या देवाच्या पायावर डोकं ठेवून दारू सोडण्याची शपथही मी घेतली. मी 'ती'ला सोडायचा अनेक वेळा प्रयत्न केला; पण 'ती'चं नसणं माझ्या हाता-पायांना, माझ्या शरीराला मंजूर नव्हतं. 'ती' मला सोडायला तयार नव्हती. आता इथं येऊन दोन महिने झाले आहेत. मी उभं राहायचा प्रयत्न करत आहे. बऱ्यापैकी यशही मिळत आहे.''

या लोकांशी माझा संवाद सुरू असताना अनेक प्रश्न पडत होते... व्यसन माणसाला किती घट्ट पकडतं याची अनेक उदाहरणं मी या केंद्रात पाहिली. अनेकांना भेटलो. अनेकांशी बोललो. प्रत्येकाची कहाणी चित्रपटात शोभावी अशी.

कुणी एंजॉयमेंट म्हणून सुरुवात करतं, कुणी मित्राच्या आग्रहास्तव सुरुवात करतं... प्रत्येकाची वेगवेगळी कारणं. व्यसनातून बाहेर पडण्यात या मंडळींना यश किती मिळालंय हे काही काळानंतर कळेल; पण त्या दिशेनं सुरुवात तर इथल्या प्रत्येकानं केली आहे.

दारू पिणं चुकीचं आहे, तिचे दुष्परिणाम होतात, कदाचित त्यातच आपला अंतही होऊ शकतो... हे सगळं कळत असूनही ही मंडळी व्यसनाकडं ओढली जातातच; मग 'ती' त्यांना काही केल्या सोडतच नाही, अशी एक वेळ येते. ही वेळ येऊ द्यायची नसेल, तर 'ती'च्या अर्थात दारूच्या आसपासही

फिरकायचं नाही, असा निश्चयच करायला हवा.

मात्र, तरीही जे या फेऱ्यात दुर्दैवानं अडकलेले आहेत आणि व्यसनातून बाहेर पडायची ज्यांची तीव्र इच्छा आहे, अशांसाठी विजयकुमार यादव यांच्यासारखा पासवर्ड आहेच...

फुलांना समजून घेताना

शिल्पा खेर यांच्यावरचे 'सप्तरंग'मधील 'भ्रमंती लाइव्ह' वाचून माझे बंधू चित्रकार नयन बारहाते यांचा मला फोन आला आणि ते म्हणाले, ''असेच काम पुण्यात ॲड. छाया गोलटगावकर ह्या करीत आहेत. ते काम जरा या कामापेक्षा वेगळे आहे; पण नक्कीच हटके आहे. तुम्ही एकदा त्यांना भेटा. त्यांचे काम तुम्हाला खूप आवडेल. मी दोन वेळा त्यांच्या शिबिरात लहान मुलांसोबत सहभागी झालो होतो. वेगळा आनंद देणारा त्यांचा उपक्रम आहे.''

त्यानंतर मी पुढच्याच आठवड्यात कार्यालयीन कामानिमित्त पुण्याला गेलो. दुपारी ऑफिसातलं काम आटोपलं आणि मी छाया गोलटगावकर यांच्या 'आनंदघर'चा रस्ता धरला. कोथरूड परिसरातल्या शिवतीर्थ भागात आनंदघर उभं आहे. त्यांनी

माझं छान स्वागत केलं. टवटवीत आणि मन प्रसन्न व्हावं अशी गोंडस मुलं पाहून मी खूप आनंदी झालो. मुलं म्हणजे देवाघरची फुलं, हे येथे अनुभवायला मिळालं. आनंदघर तसं छोटंसं; पण मला समजून घ्यायला खूप वेळ लागला. एक वेगळा आणि आताच्या जगाला खूप गरजेचा असा हा उपक्रम. छाया ह्या पुण्यातल्या खूप नामवंत वकील. त्यांनी अनुभवातून आणि छंदातून हे आनंदघर उभं केलं. आता त्यांनी याच सर्व मुलांभोवती आपली सामाजिक प्रॅक्टिस आनंदाने सुरू ठेवली आहे. मी तिथं असताना 'छायाताई हे काम कसं चालवतात' हे समजून घेण्यासाठी आलेली अनेक जिल्ह्यांतील अनेक माणसं छाया यांच्या कामाचं कौतुक करीत होती. 'आम्हाला मार्गदर्शन करा. आम्हीही आमच्या शहरात असं काम उभं करू' अशी विनवणी छाया यांना हे आलेले सर्व जण करीत होते.

आनंदघरच्या कामांचे अल्बम पाहताना माझं लक्ष तेव्हाच्या छाया यांच्याकडे जात होतं. आताच्या छाया काही वेगळ्या होत्या. कुठलाही संकोच मनामध्ये न ठेवता मी छाया यांना थेट विचारलं, ''तुमचे केस... ! काय झालं नेमकं...'' त्या हसल्या आणि म्हणाल्या, ''अहो, तुम्ही समजता तसं काहीही नाही. मला कुठलाही आजार नाही. मी माझे लांबसडक केस एका कॅन्सरग्रस्तांसाठी काम करणाऱ्या संस्थेला दिले आणि त्यांनी तिथून एका गरजू महिलेला दिले. बस्स...'' हे ऐकल्यावर मला तिरुपतीच्या केसदानाची आठवण झाली. हेच

छाया गोलटगावकर

केस जर कॅन्सरपीडित महिलांना मिळाले, तर तिरुपती त्यांना नक्की पावेल..! एखादी महिला एवढ्या दूरचा विचार करते, हे माझ्यासाठी सुखद धक्कादायक होतं.

छाया या गेल्या दहा-अकरा वर्षांपासून कायदा, शिक्षणशास्त्र, मानसशास्त्र यांचा अभ्यास करीत आहेत. शिक्षणव्यवस्था व बालसंगोपनातील हेळसांड, अस्वस्थता पाहून स्वत: बालसंगोपनावर व शिक्षणावर काम करावं असं त्यांना वाटू लागलं. कायदा व शिक्षण या एकत्रित, व्यापक अभ्यासाचा एक भाग यातून 'आनंदघर बालसंगोपन केंद्र, लर्निंग अँड रिसर्च सेंटर'ची नोव्हेंबर २०१५मध्ये सुरुवात केली. आनंदघर हे केवळ 'पाळणाघर' या गोंडस नावाएवढं सीमित नाही; तर येथे आनंदघरला बालसंगोपन केंद्र म्हटलं जाते. कारण ही एक व्यापक संकल्पना आहे. मुलांची निगा राखण्याबरोबरच त्यांच्या शारीरिक, मानसिक, भावनिक, सामाजिक, बौद्धिक वाढ व विकासाच्या टप्प्यांचा अभ्यास यावर येथे काम केलं जातं. कुटुंबासाठी, समाजासाठी एक सशक्त सपोर्टिंग सिस्टिम, भावनिक स्थिरता, गुणवत्तापूर्ण बालसंगोपन व शिक्षणासाठी प्रत्येक गोष्टीचा बारकाईने विचार करून आनंदघराची जागा, त्यात अंगण असणे, बाग असणे, मुलांना मनसोक्त माती, वाळू, पाणी याबरोबर खेळता येणे, आजूबाजूच्या परिसराशी त्यांना नातं ठेवता येणे, ती जागा स्वच्छ, सुंदर व सुरक्षित असणे, या बाबी समाविष्ट आहेत. येथे मुक्त खेळाला विशेष महत्त्व आहे. मुलांची क्रिएटीव्हिटी मुक्त खेळात फुलते. वर्षभराच्या विविध उपक्रमांचं नियोजन असतं. सण-उत्सव आजच्या संदर्भात साजरे केले जातात. ते साजरे करताना निसर्गाशी असलेली जवळिक याविषयी मुलांशी बोलणं होतं. आनंदघरात कार्यरत असलेले शिक्षक- शिक्षिका सर्वांना सातत्यपूर्ण प्रशिक्षण दिलं जातं. मूल समजून घेणे, मूल हाताळायचं कसं हा एक अभ्यासाचा विषय आहे, त्यामुळे प्रशिक्षणावर भर दिला जातो. कुटुंबासाठी, समाजासाठी एक सशक्त सपोर्टिंग सिस्टिम-मुलांसोबतचं काम तोपर्यंत पूर्ण होऊ शकत नाही, जोपर्यंत आपण त्यांच्या कुटुंबीयांशी संवाद साधत नाही, या हेतूने येथे काम होतं. महिला आज मोठ्या संख्येने कामानिमित्त बाहेर पडत आहेत. त्यांची तारेवरची कसरत सुरू आहे. एकीकडे कुटुंब व मूल; तर दुसरीकडे स्वत:चा विकास, यांत ताळमेळ घालण्यासाठी व महिलांना अपराधीपणाची भावना न येऊ देता स्व-विकासाची संधी घेण्यासाठी एक

पुण्यात 'आनंदघर'च्या उपक्रमात सहभागी झालेले चिमुकले.

भक्कम सपोर्टिंग सिस्टिम म्हणून 'आनंदघर' काम करतं. खरं तर असं आनंदघर मोठ्या शहराच्या सर्व वस्त्यांमध्ये असणं गरजेचं आहे.

छाया सांगत होत्या, "अनेक ठिकाणी काही आई पालक नोकरी सोडण्याच्या मार्गावर होत्या. ज्या वेळी आम्ही त्यांना विश्वास देऊ शकलो, की आम्ही तुमच्या सोबत आहोत, त्या वेळी त्यांना नोकरीच्या कठीण काळात तग धरण्याचं बळ मिळालं. आनंदघरी आम्ही मुलांचं पर्यायी पालकत्व स्वीकारलं आहे. मूल काही एकट्या स्त्रीचं नाही, तर ते त्या कुटुंबाचं व समाजाचं आहे. म्हणून सामाजिक पालकत्व गरजेचं आहे. मूल समाजाचं आहे म्हटलं, की ती जबाबदारीदेखील समाजाची आहे.

आनंदघरी मुलांच्या भावनिक स्थिरतेवर मुख्यत्वे काम केलं जातं. पालकांशी बोलून, मुलांचं निरीक्षण करून नोंदी घेतल्या जातात व हळूहळू पालकांच्या मदतीने त्यावर काम केलं जातं. तीन वर्षांचं एक मूल झोपेत 'सू' करायचं. असं लक्षात आलं, की मुलाला असुरक्षित वाटतं. यावर उपाय काय, तर मग मुलाला सुरक्षित वाटावं म्हणून काही गोष्टी करू लागलो. मुलाला जवळ घेऊन थोपटणं, त्याला काय हवं आहे ते प्राधान्याने करणं, मुलाला झोपवतानाही त्याच्याजवळ बसणं, थोपटवून झोपवणं, गाणी-गोष्टी सांगणं असे विविध उपाय केले. नक्की कुठल्या पद्धतीने सांगता येणार नाही; परंतु काही काळाने मुलाला विश्वास वाटू लागला, सुरक्षित वाटू लागलं आणि नंतरच्या काही काळाने त्याचं झोपेत 'सू' करणं बंद झालं. हे एक उदाहरण झालं. अशी कितीतरी उदाहरणं आहेत." छाया आपल्याला आलेले अनेक अनुभव सांगत होत्या.

समाजातील एकंदर बदल बघता गुणवत्तापूर्ण बालसंगोपन व शिक्षण ही काळाची गरज आहे. विभक्त कुटुंबांचं प्रमाण विविध कारणांमुळे वाढत

आहे. अशा वातावरणात मुलांच्या निकोप वाढीसाठी उत्तम दर्जाची बालसंगोपन केंद्रं आजची अत्यावश्यक गरज आहे, जी गरज आनंदघर भागवतं.

एका आफ्रिकन म्हणीनुसार, 'एक मूल वाढवायला सारं गाव लागतं' आणि ते खरंही आहे. मुलांवरचे ताण, निराशा, एकटेपणा, अतिरिक्त स्क्रीन टाइम, सोशल मीडिया हे सर्व टाळण्यासाठी उत्तम दर्जाची बालसंगोपन केंद्रं भरपूर प्रमाणात हवी आहेत. यापुढच्या काळात त्यांची अधिक गरज भासेल, त्यासाठी तयार असायला हवं. आनंदघरी होणारे उपक्रम पाहून येथे मुलांशी नातं का जोडलं जातं हे माझ्या लक्षात आलं. मी गेलो असताना एक शिबिर सुरू होतं. यात ६ ते १४ या वयोगटातली मुलं सहभागी होती. या शिबिरात मुलांना विविध गोष्टींचे एक्सपोजर मिळत होते. गेल्या तीन वर्षांत एकूण दीड हजारपेक्षा जास्त मुलांना भविष्यात उत्तम माणूस म्हणून उभं करण्याचं बळ आनंदघरी देण्यात आलं आहे.

छाया यांना आनंदवनातून बाबा आमटे यांची नात डॉ. शीतल आमटे यांनी आनंदघरचं काम बघून, आनंदवनमध्येदेखील बालसंगोपनाचं असंच काम व्हावं यासाठी आमंत्रित केलं होतं. तिथे त्यांनी मदत केली. छाया यांनी फिनलँडला जाऊन त्या ठिकाणच्या मुलांच्या संगोपनाचा, बालमानसशास्त्राचा अभ्यास केला आहे, ज्याचा उपयोग त्यांना आनंदघर उभं करण्यासाठी झाला आहे.

जेव्हा मी तिथे पाहत होतो तेव्हा माझ्या लक्षात आलं, की आनंदघरचं काम सोपं नाही. ही एक संघर्षाची वाट आहे. आर्थिक ताळमेळ बसवणं खूप कसरतीचं आहे.

प्रशिक्षित मनुष्यबळ मिळणं आणि ते टिकणं आव्हानात्मकच आहे, येथेही हे आव्हान आहे. अचानक काही समस्या उत्पन्न होतात, ज्यामुळे काही वेळा मुख्य कामाकडे दुर्लक्ष होतं. समाजात एकीकडे गुणवत्तापूर्ण बालसंगोपन केंद्रं उभारण्याची गरज असतानाच, दुसरीकडे ज्या समस्या आणि अडचणी उद्भवतात, त्यासाठी समाजातील काही लोकांनी पुढाकार घेऊन ही केंद्रं समर्थपणे चालतील याची काळजी घ्यायला हवी. नुसतंच भाबडेपणाने गोड गोड, आनंददायी बालपण, असंही म्हणायला नको. संपूर्ण व्यवस्थेमागचं राजकारण, अर्थकारण, समाजकारण समजावून घेऊन बालहक्कांसाठी जागरूक राहायला हवं, जी जागरूकता आनंदघरी पाहायला मिळते, त्यासाठी आग्रही असायला हवं, लढायला हवं. भारताचा सर्वोच्च कायदा– भारतीय संविधान

व बालकांसाठी इतर अनेक कायदे व धोरणं आहेत, त्यांच्या अंमलबजावणीसाठी कृतीतून कार्यरत राहायला हवं. बालकांच्या हिताचं रक्षण मोठ्यांच्या हाती आहे, याचं भान व जबाबदारी सर्वांनी बाळगायला हवी.

आनंदघरची पुढची वाटचाल ही गुणवत्तापूर्ण बालसंगोपन व शिक्षणाचं सार्वत्रीकीकरण व्हायला हवं यासाठी आहे. ही बालहक्कांची व्यापक चळवळ आहे. शिक्षक-पालक व मुलांसोबत काम करणाऱ्या सर्वांसाठी उत्तम दर्जाचं संशोधन, प्रशिक्षण केंद्र स्थापन करणं, पालक-शिक्षक संवादगट सुरू करणं, या कामात अभ्यासपूर्ण सहभागासाठी ज्यांना ज्या प्रकारे शक्य आहे; म्हणजे आर्थिक, स्वतः काम करणं, पूर्णवेळ, अर्धवेळ, त्या त्या प्रकारे त्यांनी सहभागी होणं गरजेचं आहे.

मी फोन करून नयन बारहाते यांचे आभार मानले. त्यांच्यामुळे मला आपल्याच राज्यातला एक यशस्वी झालेला वेगळा प्रयोग पाहता आला.

छाया यांचा उपक्रम पाहिल्यावर आपणसुद्धा आपल्या मुलाला समजून न घेणारे पालक आहोत, यावर मी शिक्कामोर्तब केलं. मुलं कमी पडत नाहीत; आपण कमी पडतो त्यांना समजून घ्यायला. आपण त्यांना मारतो, त्यांच्यावर चिडचिड करतो. हा त्यांचा दोष नसतो, तर आपल्या समजून घेण्याच्या कक्षा संपून जातात. आपण कमी पडतो. अशा कितीतरी प्रश्नांची उत्तरं मला येथे मिळाली. बाहेर पडताना एका गोंडस मुलाला मी उचलून घेतलं होतं. त्याला खाली ठेवताना तो माझा अंगठा सोडायला तयार नव्हता. या चळवळीत सर्वांनी सहभागी व्हावं, असा कदाचित त्याचा आग्रह असावा.

घर से मस्जिद है बहुत दूर; चलो यूँ कर लें
किसी रोते हुए बच्चे को हँसाया जाये।

या निदा फ़ाजली यांच्या ओळी आनंदघरच्या कामासाठी नक्कीच समर्पक वाटतात.

सध्या स्त्री आणि पुरुष खांद्याला खांदा लावून काम करणारी संस्कृती आमच्याकडे आहे; पण दोघांच्या मुलांचं संगोपन योग्य पद्धतीने झालं पाहिजे, ही संस्कृती अजून आमच्याकडे रुळणं बाकी आहे. जर 'आनंदघर'सारखी घरं अजून वाढली, तर आमच्या हातून लहान मुलांवर होणारा अन्याय टाळता येईल. ही एक चळवळ आहे. या चळवळीला गरज आहे तुम्हा-आम्हा सर्वांच्या मदतीची, आर्थिक आणि सामाजिकसुद्धा...

'बापा'सोबत मिळालेलं 'घरपण'

मुंबईतील पोलिस अधिकारी, मित्र मनोजकुमार शर्मा यांना काही कामानिमित्त भेटायला गेलो होतो. शर्मा हे सेवाभावी म्हणून सर्वपरिचित आहेत. गप्पा झाल्यावर शर्मा यांच्या मोबाईलमध्ये मी त्यांचे काही जुने फोटो पाहत होतो. एका फोटोत शर्मा हे त्यांच्या पत्नीसोबत एका लग्नात कन्यादान करत असताना दिसले. मला आश्चर्य वाटलं. यांना कुठं एवढी मोठी मुलगी आहे, असा प्रश्न मला पडला. शंका उपस्थित केल्यावर त्यांनी मला सारा प्रकार सांगितला.

नागपूरमध्ये एका अनाथाश्रमात राहणाऱ्या मुलीचा विवाह सोहळा आयोजिण्यात आला होता. त्या सोहळ्यात कन्यादानाची जबाबदारी शर्मा पती-पत्नीनं सर्व कर्तव्यांसह पार पाडली होती. त्यावेळचा तो फोटो होता. त्या लग्नाच्या पत्रिकेवर

'प्रेषक' म्हणून शर्मा यांचं नाव होतं. त्यांनी मला त्या अनाथाश्रमाविषयीची बरीच माहिती दिली. त्यांनी सांगितलेले किस्से शहारे आणणारे होते. त्या अनाथाश्रमाविषयी बोलताना ज्या रामभाऊ इंगोले यांच्याविषयी शर्मा यांनी मला सांगितलं, त्या इंगोले यांना भेटावं, त्यांचं काम जवळून पाहावं आणि ते काम जगालाही दाखवावं, असं सारखं वाटत होतं. त्यातूनच नागपूरला जायचं ठरवलं. त्या दिवशी शर्मा यांचा निरोप घेताना रामभाऊंचा नागपूरमधला पत्ता मी घेऊन ठेवला.

नागपूरला उतरलो. जिथं रामभाऊ इंगोले (संपर्क : ८६६९३२९६६२) यांचं काम चालतं, तिथं जाऊन पोचलो. घरासमोर छान रांगोळी काढलेली होती. आत गेलो. घरातली सगळी मुलं काहीतरी करण्यात दंग होती. कुणी चित्र काढत होतं, कुणी टीव्ही पाहत होतं. किचनमधून खास विदर्भातल्या रश्शाचा वास येत होता. किचनमध्ये रविवारचा बेत शिजत असावा. मी येणार असल्याची पूर्वकल्पना रामभाऊंना दिलेली होती. जसा घराच्या बाहेरचा टापटीपपणा जाणवत होता, तसा तो घरातही होता. घर एकमेकांच्या आधारावर आणि घरातल्या मोठ्या माणसांच्या संस्कारांवर उभं राहतं, हे घरातल्या एकूण वातावरणावरून लक्षात येत होतं. काही वेळानंतर रामभाऊ आले. खरं तर त्यांच्याविषयी जितकं ऐकलं होतं, त्यापेक्षा रामभाऊ कितीतरी साधे होते. शर्मा यांच्याव्यतिरिक्त नागपूरमधल्या काही मित्र–मैत्रिणींनी रामभाऊंविषयी

रामभाऊ इंगोले

मला भरभरून सांगितलं होतं : 'एक स्वतंत्र चळवळ चालवणारा माणूस, अतिशय मोलाचं-महत्त्वाचं काम करणारा माणूस.'

''गप्पा मारू; पण अगोदर जेवण करू,'' रामभाऊंनी आपुलकीनं आग्रह केला. आम्ही पंगतीत जेवायला बसलो. रामभाऊंचा जवळपास सगळा इतिहास मला इकडून-तिकडून कळला होताच; पण हा सगळा गाडा चालवताना होणारी ओढाताण रामभाऊ कशी सहन करतात, हे मला जाणून घ्यायचं होतं. भविष्यात या सगळ्या पीडित मुलांसाठी त्यांचं 'बापपण' कायम कशा प्रकारे राहणार आहे? 'रामभाऊ नावाची चळवळ' पुढं अनेक मुलांच्या पालकत्वातून कशी सुरू राहणार आहे? अशा सगळ्या प्रश्नांची उत्तरं मला जाणून घ्यायची होती. महाराष्ट्रात खूप मोठमोठे सामाजिक प्रयोग अनेक मोठमोठ्या व्यक्तींनी सुरू केले खरे; पण पुढं त्या प्रयोगांना लाभणारं 'बापपण' समोर आलंच नाही, त्यामुळे हे प्रयोग आहेत तिथंच थांबले आणि अखेर लयाला गेले. रामभाऊंकडून मला अनेक विषय समजून घ्यायचे होते. रामभाऊंनी या सगळ्या प्रश्नांची उत्तरं मला अगदी संयमानं आणि शांतपणे दिली. सन १९८० पासूनचा सगळा प्रवास त्यांनी माझ्यासमोर उलगडला. रामभाऊंसारखं काम केलेली खूप कमी माणसं महाराष्ट्रात असतील, हे जाणवलं. राज्यपातळीवर आणि देशपातळीवर त्यांच्या एवढ्या मोठ्या कामाची कुठंही नोंद कशी घेतली गेली नाही, हे आश्चर्यच म्हणावं लागेल.

वर्ष : १९८०. स्थळ : नागपूरचा गंगा-जमुना भाग. वेश्याव्यवसाय करणाऱ्या या रेड लाइट एरियावर बुलडोझर फिरवण्यासाठी एक मोठं आंदोलन उभं राहिलं आणि या आंदोलनात नागपूरच्या या रेड लाइट एरियाचा थरकाप झाला. जांबुवंतराव धोटे यांच्यासारखी अनेक दिग्गज मंडळी या उपेक्षित महिलांच्या मागं ठामपणे उभी होती. हे आंदोलन अनेक दिवस सुरू होतं. रामभाऊ हेसुद्धा उपेक्षितांच्या बाजूनं होते. रेड लाइट एरियामध्ये एका महिलेकडून राखी बांधून घेण्यासाठी रामभाऊ गेले होते. तिथं त्यांनी त्याच महिलेचं एक मूल सोबत घेतलं आणि त्याला शिकवण्यासाठी पुढाकार घेतला. पुढं हळूहळू रामभाऊंनी या मुलासारखी अनेक मुलं एकत्रित केली आणि त्यांना शिकवण्यासाठी एक महत्त्वाचं पाऊल उचललं. सुरुवातीच्या काळात रामभाऊंकडं पाठवण्यासाठी कुणी मुलं द्यायला तयार नसायचं; पण जेव्हा

अगोदरच्या मुलांचा निकाल चांगल्या पद्धतीनं यायला लागला, तेव्हा मुलांची संख्या आपसूक वाढायला लागली. आता आपण या मुलांसाठी आयुष्य पणाला लावायचं आणि यांना शिकवायचं, असं रामभाऊंनी त्यानंतर ठरवलं. सुरुवातीच्या काळात रामभाऊंचं हे काम पाहून त्यांना नातेवाइकांनी वाळीत टाकलं. मुलांना घेऊन राहण्यासाठी त्यांना कुणी भाड्यानं घर द्यायला तयार होईना. शाळेत, गावात, समाजात या मुलांना न्याय मिळवून देण्यासाठी रामभाऊंना मोठा संघर्ष करावा लागला. अनेक वेळा हा संघर्ष पोलिस ठाण्यापर्यंतही पोचला.

वेश्याव्यवसाय करणाऱ्या वस्तीकडं माणसं 'पुरुषी' नजरेनं पाहतात. रामभाऊंनी मात्र या वस्त्यांकडं 'माणुसकीच्या दृष्टी'नं पाहिलं. त्या वस्त्यांच्या माध्यमातून भविष्यात चांगली माणसं निर्माण झाली पाहिजेत, हा उद्देश डोळ्यांसमोर ठेवून, खिशात एक रुपयाही नसताना, रामभाऊंची सन १९८० पासून सुरू झालेली ही लढाई आजपर्यंत चालूच आहे. स्वत:च्या माणसांनीच रामभाऊंना वाळीत टाकलं, तिथं समाजाला काय नावं ठेवायची ? ज्या रामभाऊंनी अख्खं आयुष्य पीडित मुलांसाठी दावणीला बांधलं होतं, त्या माणसाचा सगळा इतिहास, मागच्या सगळ्या खाणाखुणा जेव्हा मी जवळून पाहिल्या, तेव्हा माझ्या लक्षात आलं की रामभाऊंविषयी बोलणारी माणसं ही त्यांच्याविषयीच्या आकसातूनच बोलतात. असो. मी रामभाऊंचं एकूण काम समजून घेण्यासाठी पुढं पुढं सरकत होतो.

नागपूर शहरातील उदयनगर भागात रामभाऊंचा 'विमल-आश्रम' हा प्रकल्प आहे आणि दुसरा प्रकल्प नागपूरपासून २५ किलोमीटरवर पाचगावला आहे. दोन्ही ठिकाणी मुलं आणि मुली मोठ्या प्रमाणावर शाळेत आणि निवासीही आहेत. शासनाची एक पैशाचीही मदत न घेता त्या दोन्ही ठिकाणी चालणारं काम नोंद घेण्यासारखं आहे. रेड लाइट एरियातली मुलं, टाकून देण्यात आलेली मुलं आणि विशेषत: दगडाच्या खाणीत काम करणाऱ्या मजुरांची मुलं अशा तीन वर्गवारींतली मुलं रामभाऊंच्या आश्रयाला येतात. अशी मुलं शोधून त्यांना 'घरपण' मिळवून देण्याचं काम करणारी एक टीम कार्यरत आहे. पुढच्या वर्षी रामभाऊंच्या चळवळीची चाळिशी पार पडणार आहे. या ४० वर्षांत मागं वळून पाहताना रामभाऊंकडं प्रत्येक दिवसाची

एक नवी यशोगाथा आहे. किती मुलं आली याचा आकडा त्यांना सांगता येणार नाही आणि मीही त्यांना तो विचारला नाही; पण हजाराच्या घरात हा आकडा गेला नसेल तरच नवल! कुणी डॉक्टर झालं, कुणी इंजिनिअर झालं, कुणी स्वत:चा उद्योग सुरू केला... अनेक मुला-मुलींच्या डोक्यावर लग्नाच्या शुभेच्छांची फुलं टाकताना 'आपण बापाचं कर्तव्य पुरं केलं,' अशी रामभाऊंची कर्तव्यपूर्तीची आनंदपूर्ण भावना होती. अशी कितीतरी उदाहरणं! ही मुलं शिकली, मोठी झाली, चांगल्या कामाला लागली, त्यांनी चांगला संसार उभा केला यापेक्षा त्यांना समाजात चांगलं स्थान मिळालं, समाजानं त्यांना स्वीकारलं, हे रामभाऊंच्या लेखी जास्त मोलाचं-महत्त्वाचं आहे. या मुलांची काळजी वाहण्यात, त्यांची देखभाल करण्यात अडथळा येऊ नये यासाठी रामभाऊंनी स्वत:चा संसार मांडण्याचा मोह टाळला आणि ते अविवाहित राहिले. लग्नानंतर आपल्याला मुलं-बाळं झाल्यावर या मुलांच्या प्रेमात अडसर येऊ नये, या मुलांकडं दुर्लक्ष होऊ नये, हा त्यामागचा हेतू.

रामभाऊंनी ज्यांचं पालकत्व स्वीकारलं, सांभाळलं, ती मुलं पाहून रामभाऊंच्या चळवळीचं चीज झाल्याचं त्यांच्यासोबत काम करणाऱ्या अनेकांनी मला सांगितलं.

रामभाऊ म्हणाले, ''मी अनेकांना सोबत घेऊन एक छोटंसं काम सुरू केलं. तेव्हाचं छोटं काम आता खूप वाढलंय. माझ्यासोबत असणाऱ्या सर्वांनी मिळून समाजाच्या एका खितपत पडलेल्या वर्गाला बळ देण्यासाठी पावलं उचलली. मला आता भविष्याची चिंता नाही. माझ्या पश्चातही या कामाला हातभार लावणारे अनेक नि:स्वार्थी बांधव पुढं येतील आणि माझं हे काम सुरू ठेवतील. आताही जेव्हा मला मदतीची गरज असते, मुलांच्या पोटाच्या खळगीचा प्रश्न येतो, त्यांच्या शिक्षणाचा प्रश्न येतो, तेव्हा मदत करणारे अनेक जण धावून येतातच. चांगल्या कामाला मदतीसाठी कुणीही 'नाही' म्हणत नाही, असं मला वाटतं. फक्त तुमचं काम चांगलं सुरू आहे, हे लोकांना कळलं पाहिजे.''

माझ्याशी बोलताना रामभाऊ सतत हातात काहीतरी काम घेऊन बसत होते. पूर्वीचे अल्बम्स, वर्तमानपत्रांत आलेल्या बातम्या, शासकीय स्तरावर सतत फसव्या स्वरूपात दिली गेलेली आश्वासनं हे सारं मी पाहत होतो. आजही रामभाऊंच्या आणि त्यांच्या परिवाराच्या आर्थिक गणिताचा ताळमेळ

नागपूरच्या उदयनगर भागातील रामभाऊंचा 'विमल-आश्रम'. तिथल्या उपक्रमांत सहभागी झालेली मुलं.

कुठंही बसत नाही, अशी अवस्था आहे. मोठ्या प्रमाणावर चालणाऱ्या या कामाला देणाऱ्यांचे हातसुद्धा सढळपणे पुढं आले पाहिजेत; पण तसं होत नाही. त्यामुळे रामभाऊंसोबत काम करणाऱ्या अनेक नव्या दमाच्या कार्यकर्त्यांना तिथं राहणाऱ्या शेकडो मुलांच्या उद्याच्या भाकरीचा प्रश्न भेडसावतोय हे खरं आहे. रामभाऊंना मात्र याची चिंता नाही.

"आमच्याकडं आलेला एकही मुलगा गेल्या ३९ वर्षांत उपाशी राहिलेला नाही किंवा शिक्षणापासून वंचित राहिलेला नाही," हे रामभाऊ मोठ्या अभिमानानं सांगतात.

रामभाऊंकडून मला अनेक प्रश्नांची उत्तरं मिळाली, जी मला लोकांना सांगता येऊ शकणार नाहीत. जोडण्याऐवजी मोडू पाहणारं शासन, फसवेगिरीची आश्वासनं देणारी राजकीय मंडळी यांचा वीट येणं अगदी साहजिकच होतं; पण कुणालाही दोष न देता सतत पुढं जात राहणं हाच हेतू डोळ्यांसमोर ठेवून रामभाऊंची चळवळ पुढं चालली आहे आणि चालतच राहील. एवढी भक्कम चाकं या चळवळीची आहेत.

मी नागपूर सोडलं. सगळ्यांचा निरोप घेतला. 'यांच्यासाठी काहीतरी केलं पाहिजे, हीच आपली काशी आणि हीच आपली पंढरी', असं माझ्या मनाला सतत वाटत होतं. मदतीसाठी रामभाऊंच्या चळवळीनं कधी कुणासमोर पदर पसरला नाही, त्यासाठी जिथं गरज पडली तिथं रामभाऊंनी आणि त्यांच्या सहकाऱ्यांनी कंबर कसली; पण आर्थिक मदतीसाठी त्यांना लोकांसमोर पदर पसरावा लागतोच. त्या पदरात दान टाकणारे दाते अलीकडं कमी होत आहेत. रामभाऊंसारखी माणसं आपल्याकडं खूप कमी आहेत. रामभाऊंसारखं समर्पित वृत्तीनं काम करता येणार नाही; पण रामभाऊंची ही चळवळ जिवंत ठेवण्यासाठी मात्र आपण नक्कीच हातभार लावू शकतो आणि तेच खूप महत्त्वाचं आहे!

जातपंचायतीची कर्दनकाळ

जातीच्या फेऱ्यातून माणूस मेल्यावरच सुटतो, हे चित्र राज्याच्या ग्रामीण भागात पावलोपावली अनुभवाला येतं. मला जातीचा त्रास नाही असं सांगणारी व्यक्ती शोधूनही सापडणार नाही. जिला जातीचा त्रास नाही, अशी शेवटची व्यक्तीसुद्धा जातीच्या आगीत या ना त्या कारणावरून होरपळलेली असणारच. जातीचे 'साखळदंड' तोडले जावेत यासाठी संघर्षाची मूठ आवळणाऱ्यांची संख्या खूप मोठी आहे. त्यांचा संघर्ष आपल्या कहाणीपासून सुरू होतो आणि शेवट आयुष्यभर सुरूच असतो. यातल्या बऱ्याच संघर्षकथा पुढे येत नसाव्यात... आज भ्रमंतीतून लाइव्ह झालेली अशीच एक स्टोरी मन हादरून टाकणारी...

आमच्या नवी मुंबई बेलापूर कार्यालयाच्या समोर एक बूट

पॉलिश करणारा सत्तरी पार केलेला आजोबा आहे. जबरदस्त ऐट, सावकारासारखी! नेहमी पायाची घडी, चांगले कपडे आणि जेव्हा आपण त्याच्याकडे बूट पॉलिशसाठी जाऊ, तेव्हा त्याच्याकडे चार माणसं येऊन आंतरराष्ट्रीय विषयांवर गप्पा मारत बसलेली. अनेक वेळा तिथे चालणाऱ्या गप्पांमधून जाणवायचं की, येथे काहीतरी गंभीर चर्चा चालते. थोडा वेळ त्या सर्व व्यक्तींशी बोलल्यावर माहिती मिळाली, की ही व्यक्ती सोलापूर जिल्ह्यातली आहे. जातपंचायत चालविणारा एक पंचबाबा म्हणून तो सर्वपरिचित आहे.

हा पंचबाबा आज रस्त्यावर येऊन लोकांचे बूट का साफ करीत बसला असेल? त्यांनी आपलं गाव का सोडलं असेल? जातपंचायत म्हणजे नेमकी भानगड काय? असे अनेक प्रश्न मला पडले होते. त्यांच्याशी बोलल्यावर ते प्रतिसाद देत नव्हते. शेवटी मित्र 'गुगल'च्या साह्याने जातपंचायतचा थोडा इतिहास वाचला आणि कामाला लागलो. या सर्व प्रश्नांची उत्तरं शोधत शोधत मी सोलापुरात पोहोचलो, जिथे जातपंचायतीचं मूळ आहे. खूप फिरल्यावर कळालं की आता जातपंचायत बरखास्त केली. कुणीही जातपंचायतीकडे जात नाही. जातपंचायतीचं काम करणाऱ्या पंचाला तोंड झाकून लपून छपून फिरण्याची वेळ आली. ज्या जातपंचायतीच्या पंचासमोर कुणाची उभं राहण्याची हिंमत नव्हती, आज ते सारे जातपंचायतीच्या नावाने जाहीर 'शिमगा' करीत होते. कित्येक कुटुंबांना वाळीत टाकलं. कित्येकांची

दुर्गा गुडूले

आयुष्यं बरबाद झाली. वर्षानुवर्षांपासून चालत आलेली ही परंपरा एका वैदू समाजापुरती मर्यादित नव्हती, तर अनेक मागास समाजांत, या परंपरेचं पेव फुटलं होतं. आंध्रप्रदेश, कर्नाटक या राज्यांतून कामानिमित्ताने ही सारी मंडळी महाराष्ट्रात आली. पुढे न्यायिक बाबीसाठी त्यांना स्थानिक स्तरावर कुणी प्रतिसाद देत नव्हतं. त्यातून जातपंचायत पुढे आली. केवळ सोलापूर जिल्हाच नाही, तर राज्यातल्या नाशिक, नांदेड, चंद्रपूर, गडचिरोली, चंद्रपूर यांसह अनेक शहरांत, ग्रामीण भागात जातपंचायतीचं लोण पसरलं आहे. बारामतीसारखा 'सुपीक' भाग जातपंचायतीच्या वाळवीतून सुटला नाही. वर्षानुवर्षांपासून चालत आलेल्या या जीवघेण्या परंपरेला संपवण्याचं काम वैदू समाजातील एका २२ वर्षांच्या दुर्गा गुडूले या मुलीने हाती घेतलं. आज दुर्गाच्या लढ्यानंतर जातपंचायतीचं अस्तित्व शंभर टक्क्यांवरून दोन टक्क्यांवर आलं आहे.

दुर्गाची बहीण गोविंदी हिचं लहानपणी एका जवळच्या नातेवाइकाच्या मुलासोबत लग्न ठरलं. त्याला आता १८ वर्षं झाली. ज्या मुलासोबत लग्न ठरलं होतं, त्या अशिक्षित, दारूड्या गावगुंडासोबत मी लग्न करणार नाही, अशी ठाम भूमिका उच्चशिक्षित असणाऱ्या गोविंदीने घेतली. गोविंदी वैदू समाजातली पहिली उच्चशिक्षित मुलगी. मुलाच्या नातेवाइकाने जातपंचायतीकडे तक्रार केली. जात पंचायतीने तुम्ही आपल्या समाजासाठी कलंक आहात, म्हणून, दुर्गाच्या रोजमजुरी करणाऱ्या आई–वडिलांना पंचवीस हजार रुपयांचा दंड लावला. अठरा वर्षांपूर्वी जे ठरलं ते जर नाही केलं, तर आमच्यापेक्षा मोठ्या जातपंचायतीमध्ये ३ लाख रुपयांचा दंड द्यावा लागेल, असं दुर्गाच्या आई–वडिलांना पंचांनी सुनावलं. आता आमचं जगणं जातपंचायत अवघड करून टाकेल, अशा चिंतेतून दुर्गाचं अवघं कुटुंब भीतीच्या खाईत लोटलं. दुर्गा आणि तिची बहीण दिलेल्या न्यायाचा फेरविचार करा आणि पुढच्या जात पंचायतीकडे हा विषय जाऊ देऊ नका, अशी विनंती करायला जातपंचायतीकडे गेल्या होत्या. तिथे जातपंचायतीच्या पंचाला दुर्गा आणि तिचा मित्र शाली या दोघांचं प्रेम प्रकरण माहिती होतं. शाली हा दुसऱ्या धर्माचा मुलगा होता. ह्या दोघीही जातपंचायतीकडे गेल्याबरोबर जातपंचायतीच्या पंचाने तुलाही आम्ही लवकरच शिक्षा देणार आहोत असं खडसावून सांगितलं. शिक्षा अगदी धक्कादायक प्रकार! दंडाच्या स्वरूपातली रक्कम, मनात

येईल तेवढी! तोंडाला काळं फासून गाढवावरून धिंड, महिला असेल तर रात्री पंचांसोबत वासनामय कारावास, जातीतून बहिष्कार टाकणं, अशा जीवघेण्या शिक्षा. या साऱ्या शिक्षेचं आणि भविष्यात येणाऱ्या अतिवाईट प्रसंगांचं चित्र दुर्गाच्या डोळ्यांसमोर येत होतं. शिवाय, पंचाने सर्वांसमक्ष केलेला अपमान दुर्गासाठी जगणं नकोसं करणारा होता. जातपंचायतीला विरोध करण्यापेक्षा आत्महत्या केलेली बरी! या विचारात बुडालेल्या दुर्गावर बाबासाहेबांच्या विचारांचा कमालीचा प्रभाव होता. आपण लढायचंच म्हणून दुर्गाने आपलं मूळ 'रूप' धारण केलं. आपण काय करणार, हे दुर्गाने आपल्या घरच्या सर्वांना सांगितलं. ते ऐकल्यावर जातपंचायतीच्या झालेल्या त्रासापेक्षा अधिकचा त्रासदायक आणि धक्कादायक निर्णय दुर्गाचा आहे, असं तिच्या नातेवाइकांना वाटत होतं. कारण यापूर्वी जातपंचायतीच्या विरोधात जाणाऱ्या अनेकांना समाजातून बहिष्कृत करण्यात आलं होतं. त्यांचे पिढ्या न् पिढ्या हाल सुरू होते. ती वेळ आता आपल्यावरही येणार या भीतीने दुर्गाच्या परिवाराला काही सुचेना.

दुर्गाने पोलिस स्टेशनची पायरी चढताना पूर्ण मानसिक तयारी केली आणि जातपंचायतीविरुद्ध पहिला गुन्हा मुंबईमधल्या जोगेश्वरी या ठिकाणी नोंदविण्यात आला. त्याच दिवशी जातपंचायतीविरुद्ध पहिला कायदेशीर लढा सुरू झाला. हा प्रकार घडला त्याच दिवशी पंचांनी जाहीरपणे बैठक घेऊन दुर्गाच्या कुटुंबाला वाळीत टाकलं. तिला आणि तिच्या कुटुंबीयांना मारण्यासाठी जातपंचायतीच्या पंचाने तीन वेळा गुंड पाठवले. परिस्थिती फार चिघळत चालली होती. पंचांसोबत दुर्गाची सारी बिरादरी दुर्गाच्या विरोधात उभी होती. चार महिने दुर्गाच्या घरी पोलिसांचा पहारा होता. जिथे मिळेल तिथे दुर्गाला लक्ष्य बनविण्यासाठी सारे टपून बसले होते. दुर्गा आपल्या एकाच प्रकरणावर शांत बसली नाही. तिने ज्यांना ज्यांना जात पंचायतीचा त्रास आहे, त्यांना घेऊन पोलिस स्टेशन गाठलं. आता दुर्गा एकटी नव्हती, तिला मदत करणारी एक मोठी फौज राज्यभर तयार झाली होती. 'आम्ही दुर्गा' म्हणून अनेक मुली, महिला समोर येत होत्या.

दुर्गाच्या प्रकरणापासून पुढे तीन महिन्यांत जात पंचायतीविरोधात राज्यभरात १६०० केसेस दाखल झाल्या. अनेक पंचांना जेलची हवा खावी लागली.

दुर्गा गुडूले यांनी अनेक मित्रांना सोबत घेऊन गरजू भागांत अनेक उपक्रम हाती घेतले आहेत.

कोर्टकचेरीच्या वाऱ्या सुरू झाल्या. आता अत्याचाराविरुद्ध पोलिस स्टेशनमध्ये जाणारा एक वैदू समाज हाच विषय मर्यादित राहिला नव्हता; तर गोपाळ, नंदीबैलवाले, मसणजोगी, कैकाडी, वडार, कंजारभाट, कोल्हाटी, डोंबारी अशा अनेक समाजांमधील अत्याचार पीडितांनी रोषाची मूठ आवळली होती. आजही अशा तक्रारी सुरूच आहेत.

मी सोलापूर जवळच्या मंगळवेढा, निंबर, मंदरूप, माळशिरस, करमाळा, अशा अनेक गावांना भेटी दिल्या. ज्यांच्यावर जातपंचायतीने अत्याचार केलेत, त्यांची कहाणी फार वेदनादायी आहे. एका गावातील शोभा नावाची एक मुलगी सांगत होती, ''माझ्या वडिलांनी आमच्याच जातीतील एका सावकाराकडून कर्ज घेतलं, ते त्यांना परत देता आलं नाही. सावकार जात पंचायतीकडे गेले. जात पंचायतीने तुमची मुलगी पाचही पंचांना पाच दिवस भोगण्यासाठी द्या, अशी मागणी केली. माझ्या बापाने थोडाही विचार न करता पंचाला होकार दिला. त्याचं कारण माझ्यामागे आठ बहीण-भावंडं होती. त्यांचं भविष्य होतं. त्या पाच दिवसांत माझे पाच जन्म झाले. माणसं किती क्रूर आणि राक्षसी असू शकतात! कसं सांगू मी ?''

शोभाच्या बोलण्यावरून वाटत होतं, की अशा प्रकारे 'न्यायनिवाडे' इथे आजही सुरू आहेत. अनेकांचे हात भाजले आहेत; कारण पंचांनी त्यांना शिक्षा म्हणून उकळत्या तेलात हात घालायला लावले. काही जणांची घरं गावाच्या बाहेर आहेत, त्यांना जातपंचायतीने गावबंदी केली आहे. अशा किती तरी कहाण्या, मनाला क्लेश वाटतील अशा.

दुर्गा सांगत होती, ''वैदू समाजासारखे चाळीस भटके समाज अजूनही मागासलेपणाच्या खाईत आहेत. आजही सर्रास बालविवाह होतात. रूढीपरंपरांच्या नावाखाली गरिबांचं शोषण होतं. संविधान आणि ही माणसं यांचा एकमेकांशी कुठेही संबंध येत नाही. न्यायासाठी शासनस्तरावर खूप संघर्ष करावा लागतो.

कित्येक वेळा न्याय देताना शासनाकडूनच अन्याय होतो.''

दुर्गाचा हा राग अगदी रास्त होता. त्याचं कारण, एकीकडे शासन आणि दुसरीकडे बुरसटलेले विचार घेऊन चालणारा समाज दुर्गाच्या रेट्यापुढे झुकला खरा; मात्र आपण चालवलेली व्यवस्था बंद पडेल याची भीती जातपंचायतीच्या नावाखाली दुकानदारी करणाऱ्यांना वाटतेय. म्हणूनच दुर्गाचा लढा पूर्णपणे यशस्वी होत नाही, हे अनेक पीडितांना भेटल्यावर समजलं.

''अंनिस, राष्ट्रसेवा दल, छात्रभारती, सर्वोदय अशा समविचारी संघटना दुर्गाच्या पाठीमागे खंबीरपणे उभ्या आहेत. तुकाराम मुंडे सोलापूरला जिल्हाधिकारी असताना आम्ही दुर्गासोबत त्यांना भेटायला गेलो होतो. त्या वेळी वाळीत टाकलेल्या दोनशे कुटुंबांना पुन्हा समाजात घ्यावं, अशी मागणी होती. दुर्गाच्या पुढाकारातून या कुटुंबांना न्याय मिळाला. सर्व कार्यकर्ते आणि समविचारी संघटनांनी हा लढा आपला म्हणून पुढाकार घेतला आहे,'' असं मुंबई राष्ट्रसेवा दलाचे अध्यक्ष शरद कदम सांगत होते.

दुर्गाची चळवळ आता अत्याचार सोसलेल्या प्रत्येक माणसात भिनली आहे. त्यामुळे जातपंचायतीचं सोंग पांघरून न्यायाधीश बनणाऱ्या अनेक पंचांना आता आपल्या शहरापासून दूर जाऊन बूट पॉलिश करायची वेळ आली आहे. गावात राहिलो तर आणखी काही दुर्गा कधी येतील याचा नेम नाही, अशी त्यांना भीती होती. दुर्गाने अनेक मुलांच्या शिक्षणाची जबाबदारी उचलली आहे. छोटे-छोटे महिलांचे गट स्थापन करून तिने अनेक महिलांना स्वावलंबनाचे धडे देण्यास सुरुवात केली आहे. दुर्गा वैदू समाजासारख्या अनेक मागास समाजांतील लोकांना एकत्रित करून त्यांना 'आत्मभान' जोपासण्याचे धडे देत असते. शेतीसंबंधीचे अनेक प्रयोग मागास भागात व्हावेत असा तिचा आग्रह असतो; आणि सर्वांत महत्त्वाचं म्हणजे, येत्या जानेवारी महिन्यात ती शालीसोबत लग्न करणार आहे.

दुर्गा निष्ठेने लढली. अजून तिचा लढा चालूच आहे. आज सगळीकडे वावरत असताना कितीतरी वाईट रूढी, परंपरा आपलं जगणं मुश्कील करीत असतात. या सगळ्या वाईट प्रथांना, वाईट मानसिकतेला मूठमाती देण्यासाठी अशा हजारो - लाखो दुर्गा हिरिरीने पुढे आल्या पाहिजेत.

न थकलेला बाबा

आज ज्या व्यक्तीविषयी मी लिहिणार आहे, त्या व्यक्तीचं 'गणगोत' जगाच्या कोनाकोपऱ्यांत आहे. कुणी त्यांना 'पुरीझम' म्हणतात, कुणी 'पुरी सर' म्हणतात, कुणी 'पत्रकारांचा 'बाप' म्हणतात; तर कुणी म्हणतात 'पुरी बाबा'. या अनेक संबोधनांपैकी 'बाबा' या नावानंच ते जास्तकरून ओळखले जातात. बाबांचं वय आज सत्तरीकडं झुकलेलं आहे. बाबांनी आजवर सबंध महाराष्ट्रालाच आपलं कुटुंब मानलं आणि तोच जिव्हाळा घेऊन ते आता आंध्र प्रदेशाकडं आणि इतर राज्यांकडं वळले. तोच उत्साह, तीच ऊर्जा, तीच काम करण्याची पद्धत टिकवत बाबा आपल्या कामाची पताका खांद्यावर घेऊन फिरताना आजही दिसतात.

सन १९८० ते २०१० हा काळ. प्रा. सुरेश पुरी सर

ऊर्फ बाबा हे 'जबराट' जनसंपर्क असलेले पत्रकारितेच्या शाळेतले हेडमास्तर. आपल्या पत्रकारितेच्या ३० वर्षांच्या कालावधीत चार हजारांपेक्षा जास्त विद्यार्थ्यांचं पालकत्व स्वीकारून, त्या मुलांचं शिक्षण, नोकरी आणि संसार मार्गी लावून देणारा हा 'बाप'माणूस. घरा-दाराची तमा न बाळगता, केवळ आपले शिष्य उभे राहिले पाहिजेत, हेच या बाबांचं ध्येय. उच्च शिक्षण तर घ्यायचंय; पण चटणी-भाकरीला महाग, अशा परिस्थितीत जगणाऱ्या विद्यार्थ्यांचे बाबा हे एकमेव वाली. डॉ. बाबासाहेब आंबेडकर मराठवाडा विद्यापीठाचा पत्रकारिता विभाग विद्यार्थ्यांनी दिवसभर गजबजलेला असायचा आणि हीच मुलं रात्री बाबांच्या घरी मुक्कामी असायची. बाबांसारखा एक पाठीराखा माणूस वर्गात प्राध्यापकाची आणि घरी बापाची भूमिका पार पाडायचा. मुलं सणावारालाही आपापल्या घरी जायची नाहीत. कारण, बाबांना सोडून सण साजरा करायची कल्पनाही त्यांना नकोशी वाटायची.

माणसं सर्वस्वी घडवणं म्हणजे काय, याचं उत्तम उदाहरण म्हणजे बाबा. त्यांचं घर आत्ता अलीकडं झालं आहे. बायको, मुलगी, मुलगा, नातू, सून, जावई असा त्यांच्या मोठ्या कुटुंबाचा वेलू अगदी मांडवाला गेला. 'तुम्ही कमावलेला सारा पैसा इतर मुलांवर का खर्च करता,' असं कधी त्यांना काकूंनी विचारलं नाही, किंवा घरच्या अन्य कुण्या व्यक्तीनंही विचारलं नाही. इतके दिवस स्वत:चं घर नसलेल्या बाबांची आज महाराष्ट्रभरात तर सोडाच;

प्रा. सुरेश पुरी

पण देशात आणि परदेशांतही मोजता येणार नाहीत एवढी घरं – त्यांच्या शिष्यांच्या माध्यमातून – उभी आहेत. पद, प्रतिष्ठा आणि प्रसिद्धी या तिन्ही गोष्टींचा संबंध कधी बाबांनी येऊ दिला नाही. बाबांचे सहकारी प्रा. सुधीर गव्हाणे हे 'यशवंतराव चव्हाण महाराष्ट्र मुक्त विद्यापीठा'चे कुलगुरू झाले. दुसरे सहकारी प्रा. वि. ल. धारूरकर 'त्रिपुरा केंद्रीय विद्यापीठा'चे कुलगुरू झाले. बाबांनी मात्र आधी आपल्या गोतावळ्याला प्राधान्य दिलं. गव्हाणे सर आणि धारूरकर सर यांचाही बाबांवर फार जीव. विद्यापीठात शिक्षण घेणाऱ्या विद्यार्थ्यांना या दोघांचाही फार आधार वाटायचा, त्यासाठी त्या दोघांनाही सलाम करावा लागेलच. हे दोघंही उत्तम गुरूची उदाहरणं आहेत. मात्र, बाबांनी विद्यार्थ्यांबाबत गुरू–आई–वडील अशी तिहेरी भूमिका पार पाडली. प्राध्यापक म्हणून रुजू होताना नुसते पत्रकारितेचे विद्यार्थी घडवणं नव्हे; तर त्यांना त्यांच्या पायावर आयुष्यभरासाठी उभं करणं, हेच ध्येय असणाऱ्या बाबांचा दुसरा एक छंद होता आणि तो म्हणजे हिंदी भाषेच्या प्रचाराचा आणि प्रसाराचा. ते सेवानिवृत्तीनंतर हिंदीच्या प्रचार–प्रसाराच्या कामाला पुन्हा अधिक जोमानं लागले. या माध्यमातून विद्यार्थी उभे करण्याचं काम त्यांनी अजूनही सुरू ठेवलं आहे. बाबांच्या घरात राहून वाढलेल्या अनेकांना आज माहीत नसेल, की आपला 'बाप' सेवानिवृत्तीनंतर काय करत आहे! 'बाबा हैदराबादला हिंदीचं काहीतरी काम करतात,' एवढीच जुजबी माहिती त्यांना असेल; पण त्या सर्वांना धक्का बसेल असं काम तिथं होत आहे. दरवर्षी किमान एक लाख मुलं शिकून–सवरून तिथून बाहेर पडतात. अनेक जण 'हिंदी पंडित' म्हणून कारकीर्द सुरू करतात. आयुष्याच्या पटलावर इथले अनुभव सोनेरी अक्षरांनी लिहितात. दुसरा एक धक्का म्हणजे, बाबांचं तिथलं पद आहे 'प्रधानमंत्री'! 'हिंदी प्रचारसभेचे सरचिटणीस'. या पदाला 'प्रधानमंत्री' असं म्हटलं जातं. निवडणुकीच्या माध्यमातून ही व्यक्ती निवडली जाते. या क्षेत्रातली देशातली सर्वांत मोठी संस्था म्हणून या संस्थेकडं पाहिलं जातं.

बाबांच्या रूपानं एक मराठी माणूस पहिल्यांदाच या पदावर बसला आहे. इतरांचं पालकत्व स्वीकारण्याच्या त्यांच्यामधल्या संस्कारांनी त्यांना तिथंही शांत बसू दिलं नाही. अहिंदी भाषकांमध्ये हिंदी भाषेचा प्रसार व्हावा, यासाठी सन १९३५ मध्ये हिंदी प्रचारसभांची सुरुवात झाली. आंध्र प्रदेश, कर्नाटक,

तेलंगण आणि महाराष्ट्र या चार राज्यांत हिंदीचा केवळ प्रसार आणि प्रचार करून प्रमाणपत्र देण्यापुरतंच हे काम मर्यादित नसून, 'हिंदी पंडित' निर्माण करण्याचंही काम संस्थेतर्फे हाती घेतलं जातं. त्यासाठी स्वतंत्र दहा महाविद्यालयं कार्यरत आहेत. अनेक विद्यार्थी आज बाबांच्या या चळवळीच्या माध्यमातून आपलं आयुष्य घडवत आहेत. आता सर्वांचे बाबा 'प्रधानमंत्री' झाले आहेत! जेवढी मुलं बाबांच्या औरंगाबादच्या घरी मुक्कामी राहायची तेवढीच; किंबहुना त्यापेक्षा जास्त मुलं आज बाबांकडं नामपल्ली (हैदराबाद) इथं मुक्कामी असतात. जे वातावरण औरंगाबादच्या विद्यापीठात होतं, त्याचा 'भाग नंबर दोन' नामपल्लीमध्ये पाहायला मिळतो.

पत्रकारिता म्हणजे व्रत, असा तो काळ होता. जेमतेम पगार आणि सतत परीक्षा पाहणारा हा तो काळ. अशा पडत्या काळात बापाची कमतरता भरून काढणारा माणूस ज्यांच्या ज्यांच्या वाट्याला आला, त्यांच्या त्यांच्या आयुष्याला 'चार चाँद' लागले. अनेकांना उच्च शिक्षणासाठी मदत, त्यांच्या नोकरीसाठी शब्द टाकणं आणि संसारासाठी 'हात' अशा अनेक आघाड्यांवर बाबा एकटे लढायचे. बाबांचा आणि काकूंचा तो उत्साहानं सुरू असलेला प्रवास आम्ही अनेकांनी खूप जवळून अनुभवलाय. दर आठवड्याला बाजारातून चार-पाच पिशव्या भरतील एवढा भाजीपाला आणावा लागत असे. एक पिशवी बाबांच्या घरी आणि बाकी सर्व पिशव्या इतर विद्यार्थ्यांच्या 'संसाराला हातभार' लावण्यासाठी काकू स्वतः घेऊन जायच्या. बाबांचा पगार झाल्यावर सर्व देणेकऱ्यांची देणी देता देता आठ दिवसांत खिसा कधी 'ठणठण गोपाल' व्हायचा, कळायचं नाही. स्वतःच्या मुलीच्या गळ्यात केवळ काळ्या मण्यांची 'पोत' घालणारा हा माणूस अनेक विद्यार्थी जोडप्यांची लग्नं लावताना, मुलींना साडी-चोळी करताना मात्र कधी मागं-पुढं पाहायचा नाही. विद्यापीठातलं बाबांचं ते घर म्हणजे अमूल्य संस्कारांचं आणि जिव्हाळ्याचं माहेरघर होतं. त्या घराला कधीही कुणाची नजर लागली नाही. कारण, एकमेकांच्या प्रेमात आणि सुखात इथल्या 'जाचक' हवेचा सूरही बदलायचा...!

बाबांचा शोध घेत मी नामपल्ली स्टेशनला सकाळी सकाळी उतरलो. तेवढ्या सकाळीही सगळे जण वरण-भातावर ताव मारत होते. मी येणार असल्याची बाबांना पुसटशी कल्पना दिली होती. स्वागताला येणाऱ्या तरुणांची

संख्या खूप मोठी होती. त्यातला रजनीकांत मला म्हणाला, ''तुमच्या लग्नाचा किस्सा आम्ही सरांकडून ऐकला.'' तेव्हा माझ्या लक्षात आलं, की ही सगळी आपली 'बिरादरी' आहे.

हिंदीच्या प्रसारासाठी अनेक ठिकाणी प्रा. सुरेश पुरी यांनी विविध उपक्रम हाती घेतले होते.

माणसाचा जो मूळ पिंड असतो, तो कधी बदलत नाही; मग त्या माणसाला कुठंही नेऊन टाका, तो आपलं काम सुरूच ठेवतो. बाबांनी तेच केलं. जास्तीत जास्त मुलं आयुष्यात उभी कशी राहतील, याचा प्रत्यक्ष प्रयोग बाबांनी घर–दार सोडून हैदराबादसह चार राज्यांत सुरू केला आहे. तिथंही त्यांना 'सर' म्हणणारे कमी आणि 'बाबा' म्हणणारेच जास्त. हे चित्र पाहून माझ्या मनात औरंगाबादची जुनी आठवण जागी झाली. प्रसंगी एकटा असताना मनसोक्तपणे रडणारा हा माणूस दिवसभर मात्र येणाऱ्या प्रत्येकाचं न थकता हसून स्वागत करतो. त्यांची ती ओळख करून घ्यायची स्टाइल, गेल्या गेल्या दोन केळी हातात देणं आणि घरच्यांची आस्थेनं विचारपूस करणं आजही कायम आहे. इथं कितीतरी वेगवेगळ्या प्रकारच्या भाषा बोलणारे विद्यार्थी होते, त्या सर्वांची भाषा बाबा शिकले. ऑफिस आणि घर यांच्या अगदी जवळच कॉलेज आणि हॉस्टेलही. एकत्र कुटुंबासारखं वातावरण आणि या कुटुंबाचे प्रमुख पुरीबाबा, ते सगळ्यांच्या गळ्यातले ताईत.

मुलांचा सर्वाधिक वेळ बाबांसोबतच जातो. अभ्यास कसा करायचा, यापेक्षा व्यवहारात कसं पुढं राहावं याचे धडे सर या मुलांना देतात. सगळी मुलं अत्यंत हलाखीच्या परिस्थितीतून, शून्यातून आलेली अन् आता सरांच्या सान्निध्यात आकाशाला गवसणी घालण्याची स्वप्नं पाहणारी.

रात्री झोपण्याआधी आमच्या गप्पा सुरू झाल्या. सगळ्या कामांचा इतिहास आणि त्याभोवती असणारा भूगोल बाबांनी मला एका दमात सांगितला. त्यावर मी त्यांना प्रश्न विचारला, ''इथं पगार किती मिळतो ?''

त्यांनी काहीतरी हरवल्यागत माझ्याकडं पाहिलं आणि म्हणाले, ''झोपा आता शांतपणे...''

ज्या प्रश्नाचं उत्तर हवं होतं, ते मी सकाळी मिळवलंच. मला समजलं, की इथं काम करण्यापोटी बाबांना पगाराच्या किंवा मानधनाच्या स्वरूपात एक रुपयाही मिळत नाही. प्रवासखर्च, जेवणखर्च आणि त्यांना मिळणारी पेन्शन यांच्या आधारावर काटकसर करणं आणि प्रत्येक दिवस सोन्याचा करणं, यापलीकडं कदाचित त्यांचं कोणतंही स्वप्न नसणार.

बाबा म्हणाले, ''गरिबांची, बहुजनांची पोरं आपल्या पायावर उभी राहिली पाहिजेत. त्यांना उभं राहताना पाहिलं की आयुष्य वाढतं रे... मी काय, पिकलं पान... कधीही गळून जाईन; पण आयुष्यात उभी राहिलेली पोरं इथं असलेल्या गरिबीचा अंधकार दूर करतील. काळ कुणासाठी थांबत नाही. काळाचा आशीर्वाद कुणाला कसा मिळेल, हे सांगता येत नाही. त्यामुळे चांगला काळ येण्यासाठी तरुणाईला नेहमी मदत केली पाहिजे.''

लातूरचे खासदार डॉ. सुनील गायकवाड हे पुरी सरांचे विद्यार्थी. ते म्हणाले, ''सरांनी शिकवलेल्या जनसंपर्काच्या जोरावर माझ्यासारख्या कित्येक युवकांनी जीवनात भरारी घेतली.''

बाबांच्या घरी वाढलेले आणि बाबांनीच विवाह करून दिलेले डॉ. दिलीप शिंदे आणि डॉ. अर्चना शिंदे सध्या मराठवाड्यातून एक वर्तमानपत्र आणि मासिक चालवतात. ते म्हणाले, ''सरांनी त्या काळात आमचं पालकत्व स्वीकारलं नसतं, तर आम्ही आज हे सोनेरी दिवस पाहू शकलो नसतो.''

आज शिंदे किंवा गायकवाड यांच्याकडं राहून, त्यांच्या मदतीनं अनेक मुलं शिक्षण घेत आहेत. बाबांचा वारसा केवळ या दोघांनीच पुढं नेला असं नव्हे, तर ज्यांना ज्यांना बाबांचा सहवास लाभला, त्या सर्वांनी 'इतर मुलांना हरप्रकारे मदत केली पाहिजे,' हे सूत्र मनात धरून चळवळ पुढं चालूच ठेवली.

कुणाला तरी मदत करायची आहे, ही वृत्ती माणसात उपजतच असावी लागते. बाबांमध्ये ही वृत्ती तर आहेच आहे; शिवाय इतरांनी घ्यावेत असेही अन्य अनेक गुण त्यांच्यात आहेत. बाबांसारखे प्राध्यापक आपला घेतलेला वसा टाकत नाहीत; म्हणून 'माणुसकी नावाची फॅक्टरी' अजून व्यवस्थितपणे सुरू आहे. या 'फॅक्टरी'ला गती मिळण्यासाठी अजून अशा किती तरी बाबांची अर्थात 'पुरी सरां'ची गरज आहे.

शिवाजी – द फुनसुख वांगडू

एका शिक्षकाने ठरवलं तर परिवर्तनाची खूप मोठी चळवळ तो उभी करू शकतो. याची अनेक उदाहरणं रोज पाहायला मिळतात. त्यातील फार तर चार–दोन पुढे चिरंतन टिकणारे असतात. बाकी कुठं जातात ते स्मरणात फारसं राहत नाही. एखादा प्रयोगशील शिक्षक असला तर सर्व समाज भविष्यातील मोठ्या स्वप्नांचा हकदार असू शकतो. चांगले शिक्षक समाजाचं भविष्य असतात, हे सत्यच आहे. नांदेड जिल्ह्यातल्या कमळेवाडीच्या विद्यानिकेतन शाळेत देशाच्या सामाजिक स्वास्थ्याची काळजी असणाऱ्या एका विद्यार्थिप्रिय शिक्षकाने केवळ कमळेवाडीच्याच नव्हे, तर राज्यातल्या हजारो शालेय विद्यार्थ्यांच्या मनात आपलं वेगळं स्थान कोरलं आहे. कमळेवाडीतील विद्यानिकेतनच्या या फुंसुख वांगडूचं नाव आहे.

शिवाजी आंबुलगेकर!

कमळेवाडीची विद्यानिकेतन ही शाळा महाराष्ट्रातल्या विमुक्त जाती आणि भटक्या जमातींच्या मुला–मुलींसाठी आहे. ही आपल्या राज्यातली एकमेव अशी शाळा आहे, जिथे वंचित घटकांच्या मुलांना शासनाच्या माध्यमातून परीक्षेच्या द्वारे प्रवेश मिळतो. दरवर्षी हजारो शालेय विद्यार्थ्यांना इच्छा असूनही येथे प्रवेश मिळत नाही, अशी अवस्था. वेगळं शिक्षण, झाडाखालचं गुरुकुल आणि शिवाजी आंबुलगेकर (फुंसुख वांगडू) सारखे शिक्षक यामुळेच येथे शिक्षणासाठी येणाऱ्या चिमुकल्यांची गर्दी अधिक प्रमाणात पाहायला मिळते. शेवटी काय; प्रवेश मिळाला नाही तरी चालेल; पण दोन दिवस का होईना, या शाळेत मुक्काम करावा, अशी आस उराशी बाळगून शेकडो शालेय विद्यार्थ्यांची वारी वर्षभर आपल्या आई–बाबांसह कमळेवाडीच्या या शाळेभोवती घिरट्या घालताना दिसते.

दरवर्षी श्रावण महिन्यात गावोगावी मंदिरांमधून पोथ्या वाचल्या जातात. ती वाचनसंस्कारांची समृद्ध परंपरा होती. त्यातून वाचन झालं पाहिजे हा संस्कार भिनतो. अलीकडे हे प्रमाण कमी झालं आहे. यातूनच आपण आपल्या शाळेत एखाद्या चांगल्या संस्कारशील पुस्तकाचं वाचन केलं, तर योग्य राहील या कल्पनेतून विद्यानिकेतनात 'श्रावण अभिवाचनमाला' या उपक्रमाची सुरुवात झाली. साने गुरुजींच्या 'श्यामची आई'पासून सुरू झालेला हा प्रवास

शिवाजी आंबुलगेकर

कमळेवाडीच्या शाळेत पुस्तकाचे पारायण, ह.भ.च्या रूपात शिक्षक शिवाजी आंबुलगेकर.

आता दोन दशकांचा झाला आहे. शालेय प्रार्थनेच्या वेळी परिपाठ टाळून निवडलेल्या ग्रंथातला दररोज एक उतारा वाचला जातो. उत्तम अभिवाचन करणारे शिक्षक-विद्यार्थी यात सहभागी होतात. यात 'झोंबी' – आनंद यादव, 'कृष्णाकाठ' – यशवंतराव चव्हाण, 'शेतकऱ्याचा आसूड' – महात्मा फुले, 'आठवणींचे पक्षी' – प्र. ई. सोनकांबळे, 'ऋतुचक्र' – दुर्गा भागवत, डॉ. बाबासाहेब आंबेडकरांची विद्यार्थ्यांसाठीची भाषणे, 'स्वप्नपंख' – डॉ. राजेंद्र मलोसे, 'अकथ कहाणी सद्गुणांची' – मनोज बोरगावकर अशा एकोणीस ग्रंथांचं अभिवाचन झालं आहे. अजूनही ते सुरूच आहे.

या उपक्रमातून एका महिन्यात एक पुस्तक सर्व विद्यार्थी वाचतात, लिहितात. उत्कृष्ट अभिवाचन करतात. ग्रंथ विकत घेऊन वाचतात. पाठ संपवल्यावर मुलं लेखकांशी फोनवरून थेट भेट घेतात. त्यांच्या अनेक प्रश्नांना उत्तरं देतात. त्यांच्या मनात असणारे अनेक प्रश्न यानिमिताने सुटतात. माझ्या गावचा भूगोल शिकणं खूप महत्त्वाचं आहे. गावाचा भूगोल कळाला तर जगाचाही कळेल, या हेतूने गावाचा भूगोल हा विषय घेतला आहे. गावाचा नकाशा काढण्यापासून ते त्या त्या भागातील सर्व पिकं यांचा अभ्यास, असा २०० गावांचा भूगोल तयार झाला आहे. गावाचा भूगोल किती महत्त्वाचा आहे, हे गुगलला अजून माहिती नाही; पण या मुलांना माहिती आहे. मी केवळ हे तीन विषय आपल्यासमोर ठेवले. असे कितीतरी विषय या शाळेत मुलांच्या आवडीचे विषय आहेत.

शिवाजी सांगत होते, ''लेकरांच्या मातृबोली निरनिराळ्या असल्यानं माझ्या मराठी विषयाच्या अध्ययन – अध्यापन प्रक्रियेत अडथळे यायचे. नवोदय विद्यालयाचा माझा यापूर्वीचा २ वर्षांचा अनुभव कुचकामी ठरला. आरंभीची तीन-चार वर्षं मी गोंधळात पडलो. दरम्यान, मी नांदेडच्या स्वामी रामानंद

तीर्थ मराठवाडा विद्यापीठात 'बंजारा लोकगीतांवर' पीएच.डी.साठी संशोधन करीत होतो. या वेळी मला बंजारांच्या लोकभाषेचा 'अंदाज' आला होता.

इ. ५ वीच्या पाठ्यक्रमात सुप्रसिद्ध कवी इंद्रजित भालेराव यांची 'बाप' ही कविता होती. मी माझ्या मगदुराप्रमाणं तिचा बंजारा बोलीत अनुवाद करण्याचा प्रयत्न केला होता.

खेतेमाईं मारो झुप
वोनं बोराटिरं झाप
वोतं राबंचं कस्टचं
मारो शेतकरी बाप...

तो अनुवाद पाचव्या वर्गात मी गुणगुणला. तो लेकरांनी माझ्याकडून पुन्हा म्हणवून घेतला आणि म्हणाले ''सर, आता तुम्ही काहीच सांगू नका. आम्हीच साऱ्या कविता आमच्या भाषेत करता.''

दुसऱ्या दिवशी मी शाळेत आलो; तेव्हा वसतिगृह अधीक्षक म्हणाले, ''अहो, पोरांना तुम्ही कोणतं इंजेक्शन दिलंत? कार्टी रात्रभर झोपलीच नाहीत.'' मग वर्गात गेल्यावर चमत्कारच दिसला. बंजारा, वडार, कैकाडी, घिसाडी, बेलदार, खानदेशी, मुसलमान या जाती–जमातींच्या लेकरांनी पाठ्यपुस्तकातल्या साऱ्या मराठी कवितांना आपापल्या बोलींचे पेहराव लेवून सजविलं होतं. अवघड, असं सोप्पं होऊन गेलं होतं. एखादा परीस गवसावा अशा परमानंदात आम्ही दिवस साजरे करीत होतो.

अनुवाद म्हणजे काय? मराठी भाषेतील शब्दांना आपल्या बोलीतले तंतोतंत, योग्य पर्यायी शब्द कसे शोधायचे? यमक म्हणजे काय? ते कसं ओळखायचं? यमकाच्या योजनेनं कोणती गंमत होते? अशी एकूण अनुवादाची सविस्तर प्रक्रिया येथे मुलांना सांगितली जाते. 'अनुवादाची आनंदशाळा' हा एक वेगळा अनुभव आहे. एवढंच नाही तर सिनेमाच्या लोकप्रिय गाण्यांचेही अनुवाद केले. अनिल जाधव आणि कैलास पवार या जालन्याकडच्या मुलांनी

'झलक दिखळाजो
झलक दिखळाजो
एक बार आजो आजो आजो आजो
आजो...'

असा डायरेक्ट हिंदी टू बंजारा असा अनुवाद केला.

अध्ययन-अध्यापन प्रक्रियेत अशा काही गमती-जमती गवसल्या अन् त्यांचा वापर वाढला की खूप मज्जा येते.

आधीच गावाच्याही बाहेर, दूर माळावर, जंगलात विमुक्त-भटक्यांच्या वस्त्या असतात. शिक्षणाच्या आणि प्रगतीप्रवाहाच्या बाहेर असलेला हा समाज. यांचा हजारो वर्षांचा शिक्षणाचा अनुशेष तसाच राहून गेलेला. त्यांना मध्यवर्ती प्रवाहात आणण्यासाठी आधी त्यांच्यात विश्वास निर्माण करावा लागतो. पारंपरिक चाकोरी सोडून नवे मार्ग शोधावे लागतात. अध्यापन मनोरंजक व परिणामकारक व्हावं; यासाठी अधिकचा वेळही काढावा लागतो. त्या साऱ्या क्षमता आजमावून बघितल्या. त्यातून असे अभिनव मार्ग आकाराला आले.

विद्यार्थ्यांनी शिक्षणाकडं वळावं, त्यांचा जीव शाळेत गुंतावा, त्यांनी अध्यापनाला प्रतिसाद द्यावा, त्यातली मज्जा घ्यावी, आनंद घ्यावा, समजून घ्यावं आणि पुढे जावं... अर्थात स्वत:ला आवश्यक असणारं ज्ञान त्यांनी स्वत:च निर्माण करावं. ज्ञानाच्या निर्मितीमध्ये मनमुराद आनंद घ्यावा. हाच तर ज्ञानरचनावाद आहे, तो मुलांनी अंगीकारला.

ही अनुवाद अध्यापनाची प्रणाली फक्त विमुक्त-भटक्यांच्या भाषांपुरतीच मर्यादित नाही, तर ती मातृभाषेतर इतर भाषा शिक्षणासाठीही उपयोगाची आहे आणि तिचा जगभर वापर करता येईल.

शिवाजी यांच्या प्रयोगाचं इतर शाळा व आश्रमशाळेतील शिक्षकांनी अनुसरण केलं. त्यात त्यांना आणि त्यांच्या विद्यार्थ्यांनाही मोठा लाभ झाला. पाठ्यक्रमातल्या शेकडो कवितांचे अनुवाद कमळेवाडीसह इतर शाळांतील लेकरांनी केले आहेत. सहाव्या वर्गात शिकत असताना कृष्णा रोहिदास आडे या विद्यार्थ्यानं कवी, लेखक अनंत भावे यांच्या 'टंगळ मंगळ' या संपूर्ण कवितासंग्रहाचा अनुवाद केला आहे. विद्यानिकेतन शाळेत विविध नऊ ते दहा मातृबोली बोलणारी लेकरं आहेत. त्यांच्या सोबत मराठी मातृभाषा असणारी लेकरंही शिकतात. वसतिगृहातल्या सहवासामुळं त्यांनीही लमाण, वडारी, पारधी, अहिराणी, मुसलमानी अशा बोली अवगत केल्या आहेत.

मी राजश्री बक्कनवार, कांचन मांदळे, अरुण गोडे, गणेश पाटील या मुलांना भेटलो. हे विद्यार्थी भन्नाट अनुवाद करीत आहेत. पाचवीचा मुलगा खूप

शाळा जंगलात भरते आणि मग माणूस आणि झाडं यांचं नातं येथेच शिकवलं जातं.

वेगवेगळ्या विषयांवर भन्नाट लिहू शकतो. हे शक्य झालं सहवास आणि सहजीवन यामुळं. कमळेवाडीच्या शाळेत आंतरभारतीचं स्वप्नही नकळतपणे साकार होत आहे.

शिवाजी कसे आहेत हे समजून घेताना मी अनेकांना भेटलो, अनेकांशी बोललो. मला सर्वात जास्त भावलं ते ज्येष्ठ साहित्यक राजन गवस यांनी शास्त्रीय पद्धतीने मांडलेलं मत. ते म्हणाले, ''लीला पाटील आणि डॉ. जे. पी. नाईक यांनी वंचितांसाठी शिक्षणाची चळवळ चालवली. तेच काम शिवाजी आंबुलगेकर करत आहेत. हरहुन्नरी, प्रयोगशील शिक्षक; शिक्षणातील न्यूनगंड दूर करण्यासाठी सतत धडपडणारा शिक्षक, बोलीभाषेमध्ये कविता कशी शिकवावी याचा राज्यात पहिला प्रयोग करणारा 'शिक्षक'.''

माजी शिक्षण संचालक गोविंद नांदेडे म्हणाले, ''विद्यार्थ्यांमध्ये शिक्षणाची रुची निर्माण झाली, तर त्या शिक्षणाचा समाजासाठी उपयोग होईल. शिवाजी हेच करीत आहेत. शिवाजीचं हे काम समाजबांधणीचं काम आहे.''

माजी कुलगुरू डॉ. नागनाथ कोत्तापल्ले सर म्हणतात, ''शिवाजीसारखे शिक्षक वाढले पाहिजेत.''

एक शिवाजी फुंसुख वांगडू शिक्षणाचा गंध शालेय विद्यार्थ्यांच्या मनामनांत रुजावा यासाठी सतत वेगळे प्रयोग करतो. त्याची खासियत; मनात घर करणं आणि पाठीवर हात फिरवून मुलांना वेगळं शिक्षण देण्यासाठी मोहित करणं. घोकंपट्टीपेक्षा जगण्यासाठी प्रचंड लळा लावणारं शिक्षण दिलं तर आपण भविष्याच्या सामाजिक दायित्वाचे पांग फेडतो, अन्यथा येणारी पिढी आम्हाला कधीही माफ करणार नाही. जसा राजा शिवाजी आपल्या घरात जन्माला आला पाहिजे, तसा शिक्षक शिवाजी प्रत्येक शाळेत सतत प्रयोग करत असला पाहिजे.

हसलेली झेंडूची फुले

समाजात दोनच वर्ग आहेत. एक, शेतात माल पिकवणारा आणि दुसरा, तो पिकलेला माल खाणारा. माल पिकवणाऱ्याच्या पाचवीला पिढ्यान्‌पिढ्या अर्थशास्त्राचा शाप असतो. लुटू पाहणारे आणि प्रत्यक्षात लुटणारे यांची हातमिळवणी होऊन शेतकरी नावाची 'जमात' हळूहळू गाळात फसत जाते. तिला सरकारही बाहेर काढू शकत नाही, की सरकारी यंत्रणाही. सरकार आणि सरकारी यंत्रणा यांच्या भरवशावर न राहता वेगळं काही केलं तर चांगलं यश येऊ शकतं. उत्पादन करणारा मोठ्या प्रमाणावर उपभोक्ता आहे, त्यानं ठरवलं तर बळीचं राज्य येऊ शकतं... याच पद्धतीचा प्रयोग हिंगोली जिल्ह्यात झाला आहे.

शेतीच्या क्षेत्रात सुवर्णाक्षरांनी लिहिला जाऊ शकेल असा हा प्रयोग, अशी ही चळवळ आहे. आज तिच्याविषयीच जाणून घेऊया.

स्थळ : जयभारत विद्यालय, जवळा (ता. सेनगाव, जि. हिंगोली). शाळेची घंटा वाजली. मुलं शाळेत बसली. गेल्या पाच दिवसांपासून शाळेत सतत गैरहजर असणाऱ्या गणेश गायकवाड आणि पवन गायकवाड या दोन विद्यार्थ्यांना वर्गमास्तर अण्णासाहेब जगताप यांनी शिक्षेसाठी उभं केलं. मास्तरांनी त्यांना विचारलं, ''शाळा का बुडवता ? सणवार आले की तुमचं नेहमी असं होतं... सांगा, काय कारण आहे ते ?''

दोघंही म्हणाले, ''गुरुजी, दसरा होता म्हणून फुलं तोडायला गेलो होतो. माल तोडणं – बाजारात नेणं– विकणं असं सगळं आम्हालाच करावं लागतं...''

मुलं खरं बोलत असल्याचं मास्तरांना पटलं. मास्तरांना मुलांचं व्यावहारिक ज्ञान तपासायचं होतं. मास्तरांनी विचारलं, ''किती रुपये मिळाले ?''

दोन्ही मुलांचे चेहरे पार पडले. काय उत्तर द्यावं ते त्यांना कळेना. मास्तरांच्या आग्रहापोटी मुलांना सगळं काही खरंखरं सांगावं लागलं. ते ऐकून इतर विद्यार्थ्यांसह मास्तरही काही क्षण स्तब्ध झाले. हेलावून गेले. नेहमी गोंगाट करणारा वर्ग शांत झाला. शाळा सुटली. मुलं आपापल्या घरी गेली; पण मास्तर विचार करत तसेच बसून राहिले.

मुलांनी सांगितलेला गंभीर विषय मास्तरांना विचार करायला भाग पाडून गेला.

चार महिने पोटच्या लेकराप्रमाणे वाढवलेली झेंडूची फुलं या मुलांनी आणि त्यांच्या घरच्यांनी विक्रीसाठी बाजारात नेली... विक्रीसाठी बाजार सुरू

अण्णासाहेब जगताप

जागोजागी फुलांच्या मालांचे स्वागत होत गेले, अनेक ठिकाणी उद्‌घाटनही झाले. यातूनच चळवळीला खूप गती मिळाली.

झाला... २० रुपये किलोची फुलं दोन रुपये किलोवर आली... मग अधिक फुलं बाजारात आल्यामुळे फुलांना कुणी विचारेना... शेवटी, टेम्पोमधली सगळी फुलं रस्त्यावर फेकून देऊन ही मुलं आपल्या घरच्यांसह रिकाम्या हातानं परतली. हात रिकामे होते... पण मन वेगवेगळ्या प्रश्नांनी भरून गेलं होतं. मनात विचारांची दाटी झाली होती.

हे सगळं ऐकल्यानंतर मास्तर कमालीचे अस्वस्थ झाले. ही मुलं आता खाणार काय? अंगावर घालणार काय? सणावाराला यांचं कसं होणार? असे अनेक प्रश्न मास्तरांच्या मनात आले. बरं, ही दोनच मुलं नव्हती, शाळेतली ऐंशी टक्के मुलं फुलशेतीशी संबंधित होती. या सगळ्यांना बाजारपेठेत फुलं विकायला गेल्यावर 'जबराट' फटका बसला होता. मास्तर केवळ अस्वस्थ होऊन शांत बसणारे नव्हते, तर ते धडपड्या 'धाटणी'चे होते. सेनगाव तालुक्यात ऐंशी टक्के शेती ही फुलशेती आहे. त्या दोन मुलांनी सांगितल्याप्रमाणे सगळ्यांची गत सारखीच होती.

त्याच रात्री अण्णासाहेब मास्तरांनी 'झेंडूची फुले अभियान' नावाचा व्हॉट्सॲप ग्रुप तयार केला आणि तिथंच या चळवळीला सुरुवात झाली. एकच विषय सगळ्यांना सांगायचा, 'झेंडूची फुलं येत्या दिवाळीला ५० रुपये किलो याप्रमाणे विकत घ्यायची.' बस्स.

सेनगाव, हिंगोली, मराठवाडा... आणि राज्यात अनेक ठिकाणी सोशल मीडियावर 'झेंडूची फुले अभियान' हा विषय मोठ्या प्रमाणावर चर्चिला गेला. शाळेत शपथ दिली जात होती :- 'मी फटाके वाजवणार नाही... मी घरावर रोषणाई करणार नाही... मी शेतकऱ्यांकडून ५० रुपये या दरानं झेंडूची फुलं विकत घेणार...'

ज्या भागात फुलं नाहीत अशा गावांमध्ये पाचशे लोकांना तयार केलं गेलं... फुलं घेण्यासाठी त्यांना भावनिक आवाहन करण्यात आलं... बघता बघता मराठवाड्यातल्या तीन हजार खेड्यांत हे भावनिक लोण पसरलं. शिक्षण विभाग कामाला लागला. शाळेतून गावात आणि गावातून घराघरांत ही मोहीम पोचली. एकमेकांना सांगणं, सोशल मीडियाचा वापर... आणि मग त्यानंतरचा मास्तरांचा 'प्लॅन बी' तयार होता. त्यांनी काही साहित्यिकांना या विषयावर लिहायला भाग पाडलं. त्यासाठी त्यांनी सर्वांत अगोदर फुलांच्या व्यथेवर आपली पहिली कविता लिहिली. त्या कवितेच्या शेवटच्या ओळी होत्या :

माझं मन म्हणतंय मला
देणाऱ्याला कळ सहन होत नसेल
तर घेणाऱ्यानं लाजलं पाहिजे
घामाच्या तराजूला बाजारात
लक्ष्मीनं पुजलं पाहिजे

या कवितेनंतर अनेक साहित्यिकांनी या व्यथेकडं गांभीर्यानं पाहिलं... तिचं विश्लेषण केलं.

त्यानंतर मात्र मास्तरांना आपला कुठलाही प्लॅन बाहेर काढायची गरज पडली नाही. कारण, आता ही चळवळ सर्वांची चळवळ झाली होती. कवी केशव खटिंग, नितीन लोहट, डॉ. दिलीप शृंगारपुतळे, चंद्रकांत कावरके, फौजदार रुपाली कांबळे, संगीता देशमुख, रणजित कारेगावकर, महाराज दस्तापूरकर, किरण सोनटक्के, बाबाजानी दुराणी... अशा अनेकांनी आता या चळवळीची धुरा आपल्या खांद्यावर घेतली होती.

पूर्णा इथले आमचे बातमीदार जगदीश जोगदंड यांनी प्रथम लोकांना भावनिक आवाहन करत हा विषय हाताळला. मी त्यांना त्यांच्या घरी भेटलो. शेतकऱ्यांविषयीची त्यांची तळमळ जाणवली.

लोकांवर एखाद्या भावनिक विषयाचा सतत मारा केला, तर तो विषय लोकचळवळीचा भाग बनू शकतो, याचं उत्तम उदाहरण म्हणजे जगदीश आणि त्यांनी झेंडूची फुले या विषयावर केलेलं अभ्यासपूर्ण बातम्यांचं लिखाण.

जोगदंड म्हणाले, ''दर वर्षी दसरा आणि दिवाळीच्या दरम्यान पाच तरी शेतकऱ्यांच्या आत्महत्या व्हायच्या. या वर्षी एकही झाली नाही.''

जोगदंड यांच्या घरून बाहेर पडल्यावर मी काही शासकीय कार्यालयांत गेलो. कारण, 'फुलं घ्या आणि फुलांचा वापर करून शासकीय इमारती सजवा,' असं फर्मान सर्व शासकीय कार्यालयांनी काढलं होतं. पूर्णा इथले पोलिस निरीक्षक अशोक घोरबांड यांनीही फुलांबाबतचं आवाहन लोकांना गल्लोगल्ली केलं होतं. घोरबांड म्हणाले, ''एकही शेतकरी दिवाळीदरम्यान रिकाम्या हातानं परत गेला नाही. सगळ्यांच्या मालाला 'सोन्याचा' भाव पहिल्यांदाच मिळाला. हे या लोकांमुळंच शक्य झालं. आपण एकत्रित आलो तर एखादा विषय सहज मार्गी लावू शकतो, हे आता शेतकऱ्याला या विषयामुळं कळलं आहे.''

पूर्णेवरून मी निघालो सेनगावला. जिकडं बघावं तिकडं फुलंच फुलं! मन दिवसभर एकाच शेतात रमावं असा परिसर. मास्तरांची भेट घेतली. पोरांची भेट घेतली, तेव्हा या चळवळीचे अनेक पैलू माझ्यासमोर उलगडले गेले. अनेक गावांत फूलविक्रीसंदर्भात महोत्सव भरवले गेले होते... 'इडापीडा टळो आणि मानसिकता बदलो,' या भावनेतून सगळे एकमेकांना आवाहन करत होते.

मास्तरांशी बोललो. मास्तरांनी नेमके आणि महत्त्वाचे दोन-तीन मुद्दे सांगितले. मास्तर म्हणाले, ''अहो, आपल्याकडं २५ कोटी शेतकरी आहेत. त्यांनी ठरवलं तर कितीही गंभीर विषय सहज मार्गी लागू शकतो. मी अर्थशास्त्राचा विद्यार्थी आहे, त्यामुळे रुपयाचं गणित मला चांगलं माहीत आहे. वस्तूचं मूल्य ग्राहकानं ठरवलं तर झाला ना बट्ट्याबोळ...! माल तुम्ही पिकवता... त्याला किती खर्च झाला, हे तुम्हाला माहीत असतं. मग असं असेल तर तुमचा भाव तिसऱ्याच कुणीतरी का ठरवावा? हे काम करत असताना मला अनेक व्यापाऱ्यांच्या धमक्या आल्या; पण मी डगमगलो नाही.''

दसरा आणि दिवाळी दरम्यान ही चळवळ जणू काही 'लोकचळवळ' होऊन जवळा ते संपूर्ण महाराष्ट्र अशी सगळ्या संबंधित घटकांना सामावून घेत प्रवास करत होती. झेंडूचं उत्पादन संपूर्ण महाराष्ट्रातच घेतलं जातं. विशेषत: खडकाळ व मुरमाड जमिनीत या फुलांची जास्त लागवड केली जाते. हिंगोली, वाशिम, बुलडाणा, अकोला हा जमिनीचा पट्टा झेंडूच्या फुलांसाठी योग्य आहे. ही फुलं दसरा आणि दिवाळी यादरम्यान एकदाच येतात.

इथे फुलांची शपथ शाळेत घेतली जाऊ लागली आणि ही चळवळ चिमुकल्यांच्या मनामध्ये फुलू लागली.

त्यामुळे या काळात दलालांबरोबरच किरकोळ विक्री करणाऱ्यांचीही नियत फिरते. या फुलांचा भाव अगदी पाडून मागितला जातो. 'द्या दोन रुपये किलो' अशी मागणी केली जाते. या चळवळीमुळे मात्र असा भाव कुणीही केला नाही.

या फुलांची दिवाळीतली अवस्था दसऱ्यातल्यासारखी नव्हतीच. दसऱ्याला ही फुलं 'सुकलेली' होती. मात्र, दिवाळीला बाजारात आलेल्या या फुलांची 'दुसरी पिढी' अगदी 'हसरी' होती... खऱ्या अर्थानं फुलून आलेली होती! झेंडूची ही अशी हसलेली फुलं पाहून, आपल्याला किती फायदा झाला यापेक्षा अधिक फुलं कुणाच्या तरी घरी गेली, हा आनंद शेतकऱ्याला होता. हसऱ्या फुलांनी मुलांच्या चेहऱ्यावर गोड हसू आणलं होतं. 'माझी मुलं (विद्यार्थी) जोपर्यंत नवीन कपडे घालणार नाहीत, तोपर्यंत मी पायात चप्पल घालणार नाही,' असं मास्तरांनी ठरवलं होतं. दिवाळीच्या सुट्टीनंतर मुलं नवीन कपडे घालून आली... आणि अण्णासाहेब मास्तरांसाठी सोबतच नवीन चपलाही घेऊन आली. हा प्रसंग कसा असावा? 'तारे जमीं पर' या चित्रपटाचा समारोप होतो, त्याप्रमाणे! सगळ्यांचे डोळे दाटून आले होते... आणि हे अश्रू होते अर्थातच आनंदाचे. हे आनंदाश्रू होते आपल्या मास्तरांविषयी, शिक्षकांविषयी प्रेम व्यक्त करणारे. एक शिक्षक एका विषयाबाबत सकारात्मकपणे 'अस्वस्थ' झाला, तर त्याची जणू काही लोकचळवळ बनून जाते... सर्व शिक्षक असे कधी तरी, थोडे का होईना अस्वस्थ झाले, तर एक मोठी लोकचळवळ होऊ शकेल. अस्वस्थ नसणाऱ्या शिक्षकबांधवांनो, जरा अस्वस्थ व्हा... केवळ फुलंच नव्हे, तर शेतीची सगळी पिकं 'आपल्या वाट्याला अशी लोकचळवळ कधी येईल' याची वाट पाहत आहेत...!

हिरवाई पेरणारे प्रकाशदूत

कार्यालयीन कामानिमित्त गेल्या काही दिवसांपासून सहकाऱ्यांसह राज्यात दौरा सुरू आहे. ठाणे इथलं काम संपवून आम्ही पालघरला मुक्कामाला गेलो. निसर्गानं सौंदर्याची अमाप उधळण या भागात केली आहे. याला निसर्गाची अद्‌भुत लीला म्हणावी लागेल. आमच्या एका सहकाऱ्याचे जुने मित्र प्रकाश मुकुंद पाटील आम्हाला भेटण्यासाठी आले होते. कार्यालयीन कामं आटोपल्यावर पाटील यांच्या आग्रहास्तव आम्ही त्यांची शेती पाहण्यासाठी गेलो. आमच्या कार्यालयापासून अगदी जवळच नांदगाव नावाचं गाव आहे. तिथं केवळ दहा गुंठे जमिनीत पाटील यांनी पानमळा केला आहे. वर्षाकाठी लागणारा खर्च वजा करता पाच लाख रुपये त्यांच्या पदरात पडतात, शिवाय चार ते पाच लोकांच्या हाताला काम मिळतं. हे ऐकून

आम्ही थक्कच झालो.

मी पाटील यांना विचारलं, ''कधीपासून करता तुम्ही ही शेती ?''

पाटील म्हणाले, ''माझं वय सत्तरीकडं झुकलं आहे. सन १९१८पासून आमचा या छोट्याशा शेतात पानमळा आहे. आम्ही पिढीजात हा व्यवसाय करतो.''

विड्याच्या पानांचा सर्व इतिहास आम्हाला पाटील यांनी सांगितला, ''दिल्ली, काश्मीर, कच्छ, बिकानेर अशा ठिकाणी हा माल विक्रीसाठी जातो. अशी पानं दुसरीकडं तयार होत नाहीत, म्हणून पानाला बाराही महिने मागणी असते. या पानांची चव जरा तिखट असते. पानांचा वापर खाण्यासाठी वा औषधी म्हणूनही होतो. 'काळी पट्टी' असं या पानाचं नाव आहे. शेतातून रोज पानं नेली जातात. सौराष्ट्र एक्स्प्रेसनं हा माल जातो.''

पाटील सांगत होते आणि आम्ही ऐकत होतो. जमीन, वातावरण आणि इच्छाशक्ती या तीन घटकांवर शेतीचं यश अवलंबून आहे, असं पाटील सांगत होते. पाटील यांचं सर्व गणित समजून घेतल्यावर मी या भागातल्या अनेक शेतकऱ्यांना भेटलो. निम्म्याहून अधिक शेतकरी हे वीस आणि तीस गुंठेवाले, तरी खाऊन-पिऊन अगदी सुखी! घरातले सर्व हात शेतात राबतात. मी या शेतकऱ्यांची आणि मराठवाडा-विदर्भातील शेतकऱ्यांची मनातल्या मनात तुलना करत होतो; पण कोणत्याच कोष्टकात ती तुलना बसत नव्हती. कारण मराठवाड्यातील शेतकऱ्यांच्या अवस्थेचा मी अनेक वर्षं मूक साक्षीदार

विजय लोहकरे

प्रकाश पाटील

आहे. मी मागं 'शेतकऱ्यांच्या आत्महत्या' या विषयावर संशोधन केलं. संशोधनाच्या तीन वर्षांच्या कालावधीत राज्यात पाच हजारपेक्षा जास्त शेतकऱ्यांनी आत्महत्या केली होती. त्या आत्महत्यांच्या अनेक कारणांपैकी नापिकी हे सर्वांत मोठं कारण होतं. पालघर भागातल्या शेतकऱ्यांचं शेतीचं गणित कधीच बिघडत नाही, म्हणून ते सुखी-समाधानी आहेत. इथला शेतकरी निसर्गाची साथ नसली तरी खचून जात नाही. दहा-वीस गुंठेवाले इतके समाधानी आहेत; तर मग ज्यांच्या जमिनी पन्नास-शंभर एकर आहेत, ते का सुखी नाहीत ? हा मला पडलेला प्रश्न होता. पाटील यांच्या रूपाने खूप कमी जमीन असलेला समाधानी शेतकरी मी पाहिला आहे. आता मी अजून काही शेतकऱ्यांना भेटण्याचा बेत आखला. मोठी जमीन असलेले, लोण इथले विजय लोहकरे आणि पाटनूर इथले दिनेश देशमुख अशा दोन शेतकऱ्यांना भेटायचं ठरवलं आणि त्या दिशेनं माझा प्रवास सुरू झाला.

लोण हे गाव मराठवाड्यातलं. इथल्या विजय लक्ष्मणराव लोहकरे या चाळिशीतील शेतकऱ्यानं केलेल्या शेतीच्या प्रयोगाविषयी मी खूप ऐकून होतो. वडिलोपार्जित पन्नास एकर जमीन. त्या जमिनीतून सोने पिकविणारा हा शेतकरी या भागातला एक आयडॉल आहे. गावापासून अगदी जवळच विजय यांची शेती आहे. ऊस, केळी, हळद, हरभरा, गहू अशी पिकं. विजयला आपल्या शेतीमधून वर्षाकाठी एकरी दोन लाखांपर्यंत उत्पन्न मिळतं. वर्षभर किमान वीस माणसांना रोजगार मिळतोच. विजयचं हळदीचं पीक पुरुषभर उंचीचं. आत शिरलेल्या माणसानं हात वर केला तरी दिसू नये एवढं. शेतीसाठी पाणी आवश्यक आहे. मात्र, पाणी जमिनीतच नाही तर विहिरीत कसं येणार हा प्रश्न. तरीही विजयची खटपट दरवर्षी अधिकचं पाणी कसं मिळेल यासाठी. दगडाला पाझर फोडणारी विजयची जिद्द पाहून मी थक्क झालो. आतापर्यंत शेतात पाच विहिरी आणि

दिनेश देशमुख

दहा बोअर घेतल्यात, त्यामुळे पाण्याचा प्रश्न सुटलेला आहे. लोडशेडिंगची भीती विजयसारख्या शेतकऱ्यांना नाही; कारण सेंद्रिय शेतीसोबत अत्याधुनिक यंत्रसामग्रीचा वापर केला आहे. वीज आली, की ठिबकच्या माध्यमातून रोपांच्या आवश्यक त्या भागात पाणी जातं. सकाळी सहापासून ते रात्री अकरापर्यंत विजयच्या घरातली सगळी मंडळी शेतात राबराब राबतात. कदाचित त्यामुळेच एकरी दोन लाख रुपयांपर्यंतचं उत्पन्न विजयला मिळत असेल. विजयच्या शेतीच्या आसपास अनेक मोठे शेतकरी आहेत; पण विजयने कष्टातून साध्य केलं. विजय सांगत होता, ''दुष्काळ आमच्या पाचवीलाच पुजला आहे. तो केव्हाही अंगावर चाल करून येऊ शकतो, हे ध्यानात घेऊन परिपूर्ण नियोजन करावं लागतं. शेतीत कुठलीही अडचण येऊ द्या; त्यावर तातडीने तोडगा कसा निघेल, यासाठी कंबर कसून बांधावर तयार राहावं लागतं. शेतीच्या आजूबाजूला कॅनॉलचं पाणी असल्यामुळे त्याचा शेतीला फार मोठा आधार झाला आहे. आम्ही कोणताही माल विकायला शेताच्या बाहेर जात नाही. व्यापारी माल नेण्यासाठी शेतात येतात. सेंद्रिय शेतीवर आमचा अधिक भर आहे; खर्च, चांगलं उत्पन्न, त्यामुळे कमी आणि विषमुक्त पिकलेला माल हे घडून येतंच. मी गेल्या दहा वर्षांपासून शेती करतोय. शेतीने धोका दिलाय, असं कधी झालेलं नाही.''

विजयची ही यशोगाथा शेतीपासून दूर पळणाऱ्या तरुणाईला प्रोत्साहित करणारी आहे. इमानदारीने काम करणाऱ्या सनदी अधिकाऱ्यांपेक्षा जास्त कमाई विजयची आहे. विजयचे शेतीमधले प्रयोग पाहण्यासाठी राज्यभरातून येणाऱ्या शेतीप्रेमींची संख्या कमी नाही. शेतीत टाकलेल्या एका रुपयाचे पाच रुपये मिळतात; पण जर आपण शेतीचं कष्टशास्त्र समजून घेतलं तर! विजयला जे जमतं ते बाकीच्यांना का जमू नये?

निजामाच्या राजवटीशी धीरोदात्तपणे लढलेलं पाटनूर हे मराठवाड्यातल्या अनेक गावांपैकी एक गाव. याच गावात एक मोठे शेतकरी आहेत. दिनेश साहेबराव देशमुख हे त्यांचं नाव. वय पस्तीस वर्षं. दिनेशच्या आजोबांची

शंभर एकर शेती आहे. सगळी शेती अर्थात राबणाऱ्यांच्या जिवावर. केळी आणि ऊस असं पीक या शेतात आहे. आपल्या आजोबांकडून आणि वडिलांकडून आलेल्या शेतीच्या वारशाशी दिनेशने योग्य नियोजनाची सांगड घातली आणि त्यातून शेती पिकवली. मात्र, शेती प्रत्यक्षात करणं आणि करून घेणं यात खूप मोठा फरक आहे. दिनेश यांच्या शेतीचं स्टिअरिंग दुसऱ्यांच्या हाती आहे. त्याचा फटका उत्पन्नाला बसतो हे खरं आहे. निसर्गाचा कोप या भागात नेहमी पाहायला मिळतो, त्यामुळे आलं तर आलं, गेलं तर गेलं!

''निसर्ग, कामगार आणि सरकार या तीन 'परीक्षा' पास केल्यावर जे काही उरतं ते आपलं,'' असं दिनेश सांगत होते. ''निसर्ग दरवर्षी साथ देईल असं नाही. गावकुसातला कामगार वेळेत आला तर नवलच! तो आला, तरी मनापासून काम करील असं नाही. कामात रंगत आली, की त्याची निघायची तयारी सुरू होते. निसर्ग आणि कष्ट या दोघांचा संगम झाला, तर सुगी पिकते. अर्थात, पिकलेलं पीक मार्केटला जाऊन हातात पैसे पडेपर्यंत मनात धाकधूक राहतेच. माझ्या शेतीत गेल्या पंधरा वर्षांपासून ऊस आहे. कारखान्याने वेळेवर ऊस नेणं अपेक्षित आहे. इकडं आमच्याजवळ चार-चार साखर कारखाने असून, उसाला कोंब फुटेपर्यंत कारखाना वेळेत उसावर कोयता चालवत नाही. तूर, गहू जेव्हा चांगला आणि जास्त येतो, तेव्हा भाव पडलेले असतात. चांगल्या शेतकऱ्यांच्या मागं अडचणी खूप आहेत. आम्ही सैद्धांतिक शेती करू शकत नाही. वास्तवाचं भान ठेवूनच नियोजन करावं लागतं. त्याचं कारण वेळेचं नियोजन करणं जरा अवघड जातं,'' असं त्यांचं म्हणणं.

दिनेश यांनी आपल्या शेतात सर्व प्रकारचे यशस्वी प्रयोग केले; पण ते शेतीबाबत फार समाधानी नाहीत, असं त्यांच्या बोलण्यावरून वाटत होतं- कारण ते शेती करणारे घरातले एकटे आहेत. अशाही स्थितीत सोनं पिकवणारे शेतकरी म्हणून त्यांनी ख्याती मिळवली आहे. आज त्यांना शेतीत काम करायला माणसं मिळत नाहीत. लोक आता उन्हात काम करण्याऐवजी शहरात जाऊन वॉचमन होणं पसंत करत आहेत. मग एवढी मोठी शेती कसायची कशी, हा प्रश्न दिनेश यांच्यासारख्या मोठ्या शेतकऱ्यांसमोर असणारच. तरीही उत्तम शेती कशी असते, हे गणित समजून घ्यायचं असेल, तर दिनेश यांच्यासारखी शेतीनिष्ठता तर ठेवावीच लागेल. कारण डगमगून शेती होत

नाही, हेही तेवढंच खरं आहे. दिनेश यांची परिसरात 'आदर्श शेतकरी' म्हणून ख्याती आहे, त्यांची शेतीवरची निष्ठासुद्धा कौतुकास्पद आहे; पण तरीही ते समाधानी नाहीत, हे अधोरेखित करावंसं वाटतं.

मी यवतमाळच्या एका आत्महत्याग्रस्त शेतकऱ्याच्या पत्नीला भेटलो. पंचफुला जाधव असं या महिलेचं नाव. पोटच्या तीन मुली घेऊन दोन एकर जमिनीमध्ये या महिलेने काबाडकष्ट करून पतीच्या माघारी आपल्या कुटुंबाला आनंदी ठेवलं आहे. तेच तिच्या पतीला का जमलं नाही ? त्याचं कारण शेती आणि नियोजन यांचा त्याने कधी ताळमेळ लावला नव्हता. पंचफुला जाधव यांचं वाक्य आजही माझ्या कानात घुमत राहातं. त्या म्हणाल्या, ''निसर्ग कोपला म्हणून संपून जाण्याचे विचार मनात आणणाऱ्या पुरुषाने हातात बांगड्या भरल्या पाहिजेत. निसर्गाला टक्कर देण्याची ताकद ठेवली पाहिजे. आपलं उद्दिष्ट पक्कं असलं पाहिजे.'' आज पंचफुलाबाई तेवढ्याच शेतीमध्ये मुलींना शिकवत उत्तम कुटुंबप्रमुख बनून काम करू लागल्या आहेत. या राज्यात पंचफुला यांच्यासारख्या हिरकणी एकच नव्हे; तर हजारो आहेत.

शेतीबाबत आपण बघितलेल्या या सगळ्या कमालीच्या प्रेरणादायी यशोगाथा आहेत. आत्महत्यांचा दुर्दैवी मार्ग अवलंबणाऱ्या शेतकऱ्यांसाठी पंचफुला यांची उमेद डोळ्यांत अंजन घालणारी ठरावी. एकीकडे शेतीत काही पिकत नाही म्हणून जीव संपवणाऱ्या शेतकऱ्यांची यादी दिवसेंदिवस वाढते, तर दुसरीकडे उत्तम शेती केली म्हणून प्रकाश, विजय आणि दिनेश यांच्यासारख्या शेतकऱ्यांना अनेक पुरस्कार मिळतात. शेतीचं गणित मग चुकतं तरी कसं. आणि बरोबर येतं तर तेही कसं, याचा उलगडा होत नाही. पंचफुला यांच्यासारखी भूमिकन्या मोठ्या धाडसाने निसर्गाशी दोन हात करत परिस्थितीला हातात घेण्याची जिद्द ठेवते, तर मग वाघासारखं काळीज असणारी माणसं हतबल का होतात बरं ? गणितं शेतीची चुकतात, का आपल्या जगण्याच्या तत्त्वज्ञानाची, याचाही आता सखोल विचार करण्याची वेळ आली आहे, नाही का ?

पुण्याचं काम

कोल्हापूरमधला प्रकाशनाचा कार्यक्रम आटोपून मी पुण्यात मुक्कामाला आलो होतो. पुण्यात दिवसभर कार्यालयीन कामं आटोपून मुंबईला जाण्यासाठी पुणे स्टेशनकडं मी पायी पायी निघालो. सगळा रस्ता माणसांच्या वर्दळीत हरवलेला. रिक्षाचालकांनी पूर्णपणे व्यापून गेलेला. शाळा-कॉलेजला सुट्या असल्यानं चालता येण्याजोगी तरी स्थिती होती. जेव्हा शाळा-कॉलेजं सुरू असतील तेव्हा इथले हाल कसे असतील हे विचारायलाच नको. पुणे स्टेशनजवळ एक भलीमोठी रांग लागली होती. तिथं अनेक जण हातात अन्न घेऊन खात असलेले मला दिसले. बरं, हे अन्न घेणारे कोण? तर भिकारी, झोपडपट्टीवासी. ही खूप गरीब माणसं असावीत, असं त्यांच्या कपड्यांवरून वाटत होतं.

समोर जेवायला वाढणारी तरुण मुलंही मला दिसत होती. मी आसपासचा सगळा कानोसा घेतला आणि या अन्न वाढणाऱ्या मुलांशी बोलायचा प्रयत्न केला; पण ती मुलं आपल्या कामात इतकी व्यग्र होती, की त्यांच्या कामात मी व्यत्यय तर आणत नाही ना, असं मला वाटलं. जेवणासाठी जी रांग लागली होती, त्या रांगेत मी बाजूला जाऊन बसलो. जे जेवण करत होते, त्यांच्याशी बोलावं असा माझा विचार होता; पण जेवणारेही वाढणाऱ्यांइतकेच खाण्यात दंग होते. एक तरणाबांड पोरगा पाय लांब करून मस्तपैकी चवीनं जेवत होता. त्याच्याकडं मी सारखं पाहत होतो. त्यामुळे त्याला वाटलं, की मलाही भूक असावी; पण मी लाजेपोटी खात नसणार.

तो म्हणाला, ''अहो, भूक लागली आहे ना? मग लाजता कशाला? घ्या ना, खा.''

मी म्हणालो, ''नाही, मला नाही जेवायचं. मला तुमच्याशी बोलायचं आहे.''

त्याला वाटलं असेल, समोर एवढा चांगला मेनू असताना खायचं सोडून याला एवढं बोलायचं काय पडलंय? मात्र, खाण्यापेक्षा माझी बोलण्याची भूक अधिक आहे, हे त्याला कसं सांगणार!

संतोष मिरसे हा वर्ध्याचा तरुण. पुण्यात असतो. इथं रिक्षा चालवून गावाकडं आपल्या आई-वडिलांना आर्थिक मदत करतो.

दिवसभर काबाडकष्ट करायचे, धर्मशाळेत राहायचं आणि जिथं मिळेल तिथं आनंदी वृत्तीने खायचं असा त्याचा दिनक्रम.

पुण्यातला हाच तो ग्रुप, जो १२ महिने अन्नदानाचं काम करतो.

संतोष म्हणाला, ''कधीमधी याच भागात असं मिष्टान्न खायला मिळतं.''

संतोषच्या हातातल्या प्लास्टिकच्या प्लेटमध्ये दोन-तीन भाज्या, एक गोड पदार्थ, वरण-भात होता. ''हे लोक इथं का अन्न वाटतात?'' असं संतोषला विचारल्यावर तो म्हणाला, ''पुण्यात नवीन आहात का हो तुम्ही? पुण्यात तुम्ही दुपारच्या वेळी कधीही या, तुम्हाला चांगलं जेवण मिळेल; तेही फुकटात.''

फुकटात जेवण असल्याचं ऐकून मला जरा धक्काच बसला. संतोषच्या आजूबाजूला सगळी काबाडकष्ट करणारी, हातावर पोट असलेली माणसं होती. या मुलांनी दिलेल्या अन्नाचा, 'अन्न हे पूर्णब्रह्म' मानून ती अगदी मनापासून आस्वाद घेत होती.

ती मुलं अन्न वाढत होती. त्यांनी मोठमोठी भांडी इथं भरून आणली होती. त्या भांड्यांमधलं अन्न आता संपत आलं होतं. एक मुलगी आणि चार-पाच मुलं हे अन्न वाढण्याचं काम करत होती. मी त्या मुलीकडं गेलो आणि तिला विचारलं, ''आता मी आपल्याशी बोलू शकतो का?''

ती अगदी नम्रपणे म्हणाली, ''हो. बोला.''

''रोज हे अन्न का वाटता? कुठून आणता? हे अन्न मिळतं कुठून?'' असे अनेक प्रश्न मी तिला विचारले. तिने माझ्या सर्व प्रश्नांची उत्तरं दिली. त्यातून त्या मुलीची नम्रता दिसत होती. तिची उच्च असलेली कौटुंबिक परिस्थिती ऐकूनही मी चक्रावून गेलो.

या मुलीचं नाव आहे भावना रांका. ती डेक्कन परिसरात राहते.

अन्न एकत्रित करून ते गरजूंना वाटणाऱ्या 'रॉबिनहूड आर्मी' या संस्थेविषयी भावनाने वर्षभरापूर्वी फेसबुकवर वाचलं होतं. ऐकलं होतं. त्या संस्थेची सगळी माहिती घेऊन भावनाने अन्न वाटणाऱ्या पुण्याच्या या चळवळीत सहभागी व्हायचं ठरवलं. आठवड्यातून किमान पाच दिवस दोन ते तीन तास भुकेल्यांना अन्न देण्याची भावनाची भूमिका असते आणि ती प्रत्यक्षातही येते.

भुकेल्या लोकांना अन्न वाटणाऱ्या चळवळीची व्याप्ती किती मोठी आहे, हे जेव्हा मला भावनाने सांगितलं तेव्हा मी अवाक् झालो. सन २०१४ मध्ये 'नलघोष' या नावाच्या दूरदृष्टी असलेल्या व्यक्तीने 'रॉबिनहूड'ची दिल्लीत सुरुवात केली. दिल्लीत असलेला हा प्रकल्प जगातल्या तेरा देशांत चालतो आणि महाराष्ट्रातल्या सर्व जिल्ह्यांतही गरजू लोकांपर्यंत अन्न पोचवण्याचा हा उपक्रम सुरू असून, त्यात तरुणांचा सहभाग सर्वाधिक आहे.

एकट्या पुण्यात ६०० ते ७०० तरुण वेगवेगळ्या भागांत या चळवळीचं काम करतात. ज्या भागात अन्न शिल्लक राहतं, त्या भागातला चळवळीमधला तरुण शिल्लक राहिलेलं अन्न गरजू लोकांपर्यंत पोचवण्यासाठी पुढाकार घेतो. पुण्यात वाकड, पिंपरी-चिंचवड, बाणेर, बावधन, खराडी, औंध, सांगवी, हिंजवडी आदी तेरा ठिकाणी हे काम चालतं. आवनी आणि भावनी या दोघी अन्नदान करणाऱ्या चळवळीचं नेतृत्व करतात. गेल्या वर्ष-दोन वर्षांपासून त्या या चळवळीला खूप मोठा हातभार लावत आहेत. जिथं जिथं अन्न शिल्लक राहतं, तिथं तिथं 'रॉबिनहूड'शी संबंधित असलेल्या तरुणाईची आठवण लोकांना येते. मग त्या भागातले लोकप्रतिनिधी, पोलिस ठाणे, सामाजिक कार्यकर्ते यांच्या माध्यमातून 'रॉबिनहूड'च्या इथल्या तरुण-तरुणींचा संपर्क क्रमांक मिळवायचा आणि त्यांना 'अन्न शिल्लक आहे, घेऊन जा' असा निरोप द्यायचा. हा निरोप मिळाल्यावर अर्ध्या तासात ही टीम येते आणि अन्न घेऊन जाते. अलीकडं 'जस्ट डायल'मुळे हे खूप सोपं झालं आहे.

भावना म्हणाली, ''मीच नाही; तर माझ्यासारख्या शेकडो जणांचे हात गरिबांची भूक भागवण्यासाठी पुढं येत आहेत. पुण्याचं काम म्हणजे काय, तर हेच ते काम आहे, असं मला वाटतं. हल्ली माझ्या मित्रांनी आपला वाढदिवस केक कापून साजरा करायचं सोडून दिलंय. ते अशा गरीब लोकांना

आपल्या वाढदिवसाच्या पैशांमधून अन्नाचे चार घास कसे खाऊ घालता येतील, याचा विचार करत असतात.''

या चळवळीत सहभागी असलेल्या काही तरुणांनी मला सांगितलं, ''दुपारी हॉटेलांमध्ये उरलेलं अन्न, रात्री उरलेलं अन्न, समारंभांत-कार्यक्रमांत उरलेलं अन्न वाया जाऊ नये यासाठी लोकांचे फोन येत असतात. एकट्या पुण्यात एका आठवड्यात किमान १५ ते २० हजार लोकांना अन्नवाटप करण्यात आलं आहे.''

एकीकडं म्हटलं जातं, की तरुणाई वाया गेली आहे; तर दुसरीकडं मात्र हीच तरुणाई गरीब विद्यार्थ्यांसाठी काहीतरी करत आहे, याचं उदाहरण आपल्याला पाहायला मिळतंय. खर्च करणं आणि वेळ देणं, तेही गरिबांसाठी आणि भुकेल्यांसाठी, याला कदाचित संस्कारही कारणीभूत असतील. प्रत्येकाला काहीतरी चांगलं काम करायचं असतं, लोकांसाठी काम करायचं असतं; पण काय करायचं हे मात्र माहीत नसतं. पुण्यात अनेक तरुण छंद म्हणून या चळवळीत सहभागी झाले आहेत. ज्यांना इच्छा आहे या चळवळीमध्ये काम करायची, त्यांच्यासाठीसुद्धा अत्यंत सोपा मार्ग आहे.

मी या भागातल्या अनेक झोपडपट्ट्यांमध्ये फिरलो. तिथं अशी अनेक मुलं अन्न घेऊन येताना दिसत होती. मला पहिल्यांदा अन्न वाटताना भेटलेली मुलं सगळी पुण्याच्या बाहेरची होती. पुण्यात कुणी शिकायला आलंय, कुणी जॉब करतंय, तर कुणी शिक्षण पूर्ण करून जॉब लागण्याच्या प्रतीक्षेत आहे. कुणी वडिलांचा बिझनेस करतंय, तर कुणी नोकरीनिमित्त काही दिवसांसाठी परदेशात जाणार आहे... अशी सगळी वेगवेगळ्या प्रकारची, गरीब, श्रीमंत, वेगवेगळ्या धर्मांची तरुण मुलं या चळवळीत सहभागी झाल्याचं मला दिसलं. जिथं जिथं अन्न वाटलं जातंय, तिथल्या तिथल्या अशा अनेक ठिकाणी मी फेरफटका मारला. एका हाताने लोक अन्न खात होते आणि दुसऱ्या हाताने आशीर्वाद देत होते!

भावना रांकासोबत असलेला शुभम परमार मला म्हणाला, ''एखाद्या भुकेल्या माणसाला जर आपण अन्न दिलं, तर तो अतिशय आनंदाने खातो... त्याच्या डोळ्यांत आनंदाचे भाव दिसतात, आशीर्वादाचे भाव दिसतात. यापेक्षा अधिकचं सुख काय असू शकतं? मी गेल्या अनेक दिवसांपासून या ग्रुपमध्ये

सहभागी आहे. माझ्यामुळे अनेक मुलं इथं जोडली गेली. हे काम वाढलं पाहिजे ही आमची भूमिका आहे.''

'रॉबिनहूड' ही संस्था कुणी स्थापन केली, त्याच्या मुळापर्यंत मी गेलो नाही. कारण, त्याच्या मुळापर्यंत जाऊन सगळी स्टोरी मिळवून लिहायची तर शब्द अपुरे पडतील! मात्र, अलीकडं ज्या चळवळी होत आहेत, जी चांगली कामं होत आहेत, त्यामध्ये सर्वोत्कृष्ट काम म्हणून या तरुण मुलांची पाठ जेवढी थोपटावी तेवढी कमीच!

हा तरुणवर्ग खूप मनापासून हे काम करत आहे.

स्वत:चा पैसा आणि वेळ खर्च करून आत्मिक आनंदासाठी झटणाऱ्या या तरुणाईला सलाम केलाच पाहिजे...

या चळवळीतली मुलं केवळ हेच काम करत नाहीत; तर दात्या लोकांकडून धान्य गोळा करून गरीब वस्तीत ते वाटणं, गरीब-अनाथ मुलांना शिकवणं, अशा अनेक कामांत या तरुणाईचा सहभाग असतो. आपल्या भागातल्या गरजूंना मदत करणं हीच खरी समाजसेवा, हे या तरुण मुलांनी दाखवून दिलं आहे. त्यांचं पुण्यातलं हे सर्व काम पाहताना रात्रीचे ११ कधी वाजले ते कळलंच नाही. आता भावना, शुभम आणि सर्व मित्रांचा निरोप घेण्याची वेळ आली होती. त्यांच्यासोबत घालवलेला प्रत्येक क्षण माझ्या डोळ्यांसमोर पुन:पुन्हा येत होता.

श्रीमंत असलेलं पुणं किती गरीब आहे, हेही यानिमित्ताने अनुभवायला मिळालं...

पाप आणि पुण्य यांचं मूल्यमापन कसं होतं, हे पुराणात वाचलं आहे. जर पुण्याची परिभाषा कुणाचं हित करणं ही असेल, तर ही तरुण मुलं जे काम करतात त्यांना आणि या चळवळीचं नेतृत्व जे कुणी करतात त्यांनाच ही पुण्याची पावती द्यावी लागेल. मला या मुलांच्या धडपडीत फार मोठा सामाजिक संदेश दिसत होता...!

भूखे बच्चों की तसल्ली के लिए
माँ ने फिर पानी पकाया देर तक....

अशी वेळ आता कुणावरही येऊ नये यासाठीची तरुणाईची ही धडपड काळजात घर करून राहते.

तमाशातील पाटलीण

'**गो**दावरी महोत्सवा'च्या वेळी आम्हाला लावणीचा कार्यक्रम ठेवायचा होता. अनेक मोठमोठी नावं डोळ्यांपुढं होती; पण ज्यांनी लावणीत मोठं योगदान दिलं आहे, ज्यांनी एक चळवळ म्हणून लावणी जपली आहे, अशांनाच निमंत्रित करावं असा विचार होता. सुरेखा पुणेकर यांच्यानंतर जर कुणी लावणीच्या क्षेत्रात योगदान दिलं असेल, तर ते मुंबईतल्या स्मृती बडदे आणि ऐश्वर्या बडदे या बहिणींनी!

दोन वर्षांपूर्वी अधिवेशनादरम्यान त्यांचा एक शासकीय कार्यक्रम झाला होता; त्या कार्यक्रमाला मी श्रोता म्हणून उपस्थित होतो. तिथून या दोघींच्या आई माधुरी तुकाराम बडदे यांचा संपर्क क्रमांक मी मिळवला. मग आम्ही नांदेडला आयोजिलेला त्यांचा कार्यक्रम सुपरहिट झाला. साधारणत: १० हजार महिला

त्या कार्यक्रमाला आल्या असाव्यात. या दोन्ही बहिणींनी सादर केलेली पारंपरिक लावणी पाहून त्या सगळ्या महिला थक्क झाल्या होत्या. या कार्यक्रमाचे तीन तासांचे पाच तास कसे झाले कळलं नाही. तिथं कार्यक्रमाच्या धबडग्यात मला त्या दोघींशी आणि त्यांच्या आईशी फार बोलता आलं नव्हतं.

दोघींनी सादर केलेल्या कलेत कमालीची जादू होती. मुंबईला आल्यावर मी या दोघींविषयी खूप माहिती गोळा केली. त्यांच्या लावणीविषयीच्या योगदानाबाबतही मी अनेकांकडून ऐकलं. त्यांचा एकूण प्रवास थक्क करणारा होता. त्यांनी केवळ लावणी केली असं नव्हे, तर त्यांनी लावणी जगवली. त्या दोघींचे गुरू राजेश गमरे, त्यांच्याकडून मला अनेक विषय समजून घेता आले. या दोघींनी लावणीची कला जोपासण्यासाठी मोठं योगदान दिलं आहे. लावणी सादर करणं, लावणी शिकवणं, लावणीच्या कलाकारांसाठी वेळोवेळी लढा देणं असे अनेक उपक्रम त्यांनी राबवले आहेत. या दोघींनी मिळून काय करायचं याची सगळी रूपरेषा त्यांची आई माधुरी या आखत असतात.

नवी मुंबईतल्या कोपरखैरणे भागात या दोघी बहिणी राहतात. घरी पोचताच माझं छान स्वागत झालं. तोडकंमोडकं घर, पण घरपण असलेलं. सगळ्या घरात जिकडं पाहावं तिकडं पारितोषिकं आणि सन्मानचिन्हं. मी थक्क झालो! दोघीजणी माझ्या बाजूला बसल्या होत्या. त्यांचे आई–बाबा आणि भाऊ माझ्यासमोर बसले होते. आईनं सुरुवातीपासूनचा प्रवास सांगितला. दोघींचे

स्मृती बडदे

ऐश्वर्या बडदे

बाबा आणि भाऊ लावणीच्या कार्यक्रमांतून आलेले अनुभव गप्पांच्या ओघात मला सांगत होते.

या दोघींचं गाव सासवडजवळचं. त्या गावाचं नाव कोडीत. गावात बडदे कुटुंबीयांची पाटीलकी. चांगला मान–मरातब. आपल्या पाटील कुटुंबातल्या मुली लावणी करतात, लावणीवर नाचतात हे त्यांना सहन होणारं नव्हतं.

पाटील म्हणजे लावणी सुरू असताना फेटे उडवणारे, शिट्ट्या मारणारे, असंच चित्र आपण सर्रास पाहिलेलं असतं. आपली मुलगी चार माणसांसमोर नाचते, हे आजही गावातल्या कोणत्याही पाटलाला कधीच पटणार नाही. आपल्याकडचं वातावरणच तसं आहे. लावणी म्हटली, की ते चित्र या दोघी बहिणींच्या माध्यमातून सर्व नातेवाइकांच्या डोळ्यांसमोर येत असेल, त्यातून त्यांच्या मनाचा भडका उडत असेल. असाच अनुभव या दोघी बहिणींच्या आईला अनेक वेळा आला. आपल्या मुली तमाशात नाचतात म्हणून आपले नातेवाईक आपल्यापासून दुरावले, हे सर्वांच्या वागण्यातून लक्षात येत होतं; पण करणार काय? या दोघींनी लावणी ही एक चळवळ म्हणून स्वीकारली आहे. पारंपरिक लावणीची संस्कृती जपली पाहिजे, यासाठी त्यांचा प्रवास कधीच सुरू झाला आहे. फक्त पारंपरिक लावणीचे 'शो' करणं, त्यातून किती रुपये मिळतात यापेक्षा आपली लावणी किती लोकांपर्यंत जाते, हेच या दोघींनी नेहमी पाहिलं. सर्व वयोगटांतल्या मुलींना लावणी शिकवणं, शासनाकडं, पारंपरिक लावणीची परिभाषा कायम राहावी आणि ती पुढच्या पिढीकडं जावी, यासाठी राज्यातल्या विद्यापीठांकडं नेहमी आग्रही राहणं, अशी कामं या दोघी बहिणी गेल्या १२ वर्षांपासून करतात.

लावणीला बदनाम करणाऱ्या यादीत असणाऱ्या अनेक वाकड्या नजरा त्यांच्यावर पडल्या होत्या. अनेक कार्यक्रमांदरम्यान या दोघींना वाईट घटनांचा सामना करावा लागला. त्यातून आपलं आणि आपल्या संस्कृतीचं पावित्र्य जपण्याचं काम आम्ही सतत करत राहणार, असा निर्धार या दोघींच्या आई माधुरी यांनी बोलून दाखवला. त्या म्हणाल्या, ''वाईट अनुभव आल्यावर आपल्या भरवशाच्या माणसाच्या मध्यस्थीनं कार्यक्रम घ्यायचे हेच पुढं मी करत गेले. चार कार्यक्रम कमी झाले तरी चालतील; पण चांगल्या ठिकाणी आपल्या मुली घेऊन जायचं हे मी अनुभवातून शिकले. माझ्या मुली जेव्हा

नाचतात तेव्हा लोकांचे श्वास थांबतात! काठापदराच्या साडीत त्यांच्या सौंदर्याच्या छटा पाहून प्रेक्षकांचे डोळे दिपून जातात. कदाचित आम्ही लावणी करताना आमच्यातली पाटील संस्कृती कायम जपली जात असेल म्हणूनच स्वत:चं घरकुल घेण्यासाठी आम्हाला एवढा वेळ लागत असेल. आमचा स्वाभिमान शाबूत आहे म्हणून जगण्यातही खूप मजा येते...''

माधुरी म्हणाल्या, ''सुरुवातीला थोरली मुलगी स्मृती हिला घेऊन 'नखरेल कैरी लाडाची' या बॅनरखाली राज्यात खूप कार्यक्रम केले. तेव्हा ऐश्वर्या 'साइड नर्तिका' म्हणून नाचत असे. जेव्हा ती पूर्ण शिकून नाचायला लागली, तेव्हा तिची कला दाद द्यावी अशीच होती. मग आम्ही 'करते तुम्हा मुजरा' हा दोघींचा एकत्रित कार्यक्रम सुरू केला.''

त्यांचे वडील तुकाराम बडदे म्हणाले, ''आज महिलांसाठी 'शो' करायचे असतील तर या दोघींनाच निमंत्रण दिलं जातं. माझ्या मुलींचा मला अभिमान आहे. त्यांनी खूप मेहनत करून हे सगळं उभं केलं आहे. काही लोक नावं ठेवत असतील, तर त्यानं मला आणि माझ्या कुटुंबाला काहीही फरक पडत नाही.''

मुलींचं कौतुक करताना वडिलांचा ऊर भरून आला होता.

ज्या-ज्या स्पर्धांमध्ये या दोघींनी भाग घेतला, त्या त्या स्पर्धांमध्ये त्यांचा पहिला नंबर येतोच येतो. अकलूज, ढोलकीच्या तालावर, शासनातर्फे आयोजित लावणी महोत्सव, अन्य स्पर्धा अशा सर्व स्पर्धांमध्ये दोघींचा पहिला नंबर आला आहे. कार्यक्रमासाठी आवश्यक लोकांची टीम जमवणं आणि ती कायम टिकवणं हे काम सोपं नव्हतं. इथं केवळ पैसा आणि सन्मानच मिळतो असं नाही, तर कलेच्या चळवळीलाही आपल्याकडून हातभार लागत आहे. त्यामुळे सर्वजण एका कुटुंबासारखे एकत्रितपणे कामात अधिक रस घेऊन उतरले आहेत. गेल्या १५ वर्षांपासून त्यांची कलाकारांची सर्व टीम एकत्रितपणे काम करते.

दोघी बहिणींत स्मृती थोरल्या. त्या म्हणाल्या, ''मी सात वर्षांची असताना पहिली लावणी शाळेत सादर केली. लावणी सादर करताना दाद देणारे डोळे खऱ्या अर्थानं लावणीत रंग भरत असतात. जेव्हा कळायला लागलं, तेव्हा मी अधिक चांगली लावणी करू शकले. कॉलेजच्या काळात लावणीचा इतिहास आणि भूगोल दोन्ही शिकून घेतला. माणसं वाचायला शिकले. लावणी समजून

घेतल्यावर मग ठरवलं, की जगायचं तर लावणी मोठी करण्यासाठीच. तो प्रवास अजून कायम आहे. माझ्या धाकट्या बहिणीनं माझ्याच पावलांवर पाऊल ठेवलं आहे. आता लावणी हा आम्हा दोघींच्या जीवनाचा अविभाज्य भाग बनला आहे.''

या दोघींच्या प्रवासाविषयी ऐकताना 'नटरंग' हा चित्रपट माझ्या डोळ्यांसमोर येत होता. लावणी सादर करताना ऐश्वर्या यांच्या अदा किती भाव खाऊन जातात, हे लावणीचे अभ्यासक खूप चांगल्या पद्धतीनं सांगू शकतील. प्रत्येक स्पर्धेत ऐश्वर्या यांना पहिला नंबर द्यायला त्यांच्या या अदांमुळेच कदाचित परीक्षकांना भाग पडत असावं. 'सुरेखा पुणेकर यांनी लावणी सातासमुद्रापार नेली आणि या दोघी बहिणींनी ती मराठी माणसाच्या मनात रुजवली,' असं या दोघींविषयीची माहिती गोळा करत असतानाच्या काळात मला लावणीतल्या जाणकारांनी सांगितलं. पारंपरिक लावणी जोपर्यंत गावातल्या माणसाला कळणार नाही, तोपर्यंत लावणीला खरा 'साज' चढणार नाही आणि हाच 'साज' चढवण्याचा वसा या दोघींनी घेतला आहे. त्यांच्या घरातील काही जुने अल्बम मला पाहायला मिळाले. दोघींच्या लावणीतल्या चढत्या आलेखाच्या सर्व आठवणी त्यांच्या आई माधुरी यांनी खूप मेहनतीनं जपून ठेवल्या आहेत.

गावातल्या सर्व मंडळींसाठी आणि नातेवाइकांसाठी माधुरी यांनी एकदा सासवडला 'खास शो' ठेवला होता, तेव्हा या दोघींची लावणी पाहून हे 'रसायन' वेगळं आहे हे सगळ्यांच्या लक्षात आलं. पाटीलकी आणि या दोघी बहिणींची लावणी यांच्यातली 'दीवार' त्या कार्यक्रमापासून तुटली. आपल्या पोरी चांगल्या कलाकार आहेत हे आपण स्वीकारलं पाहिजे, याची खूणगाठ सगळ्यांनी मनाशी बांधली. कला सादर करणाऱ्या तमाशातल्या या दोन पाटलीणबाईंना अनेक ठिकाणी चांगली संधी कशी मिळेल यासाठी याच पाटलांची – जे अगोदर दोघींचा तिरस्कार करायचे – अधिक धडपड आता पाहायला मिळते.

ऐश्वर्या या नव्या पिढीचं नेतृत्व करणाऱ्या आहेत. लावणीबरोबरच त्यांनी १० हून अधिक चित्रपटांत काम केलं आहे. काही चित्रपटांत त्यांनी सादर केलेली लावणी अनेकांना घायाळ करून गेली आहे.

ऐश्वर्या म्हणाल्या, ''अलीकडंच एका मराठी चित्रपटात मुख्य भूमिका

देऊ करण्यासाठी मला मोठी 'किंमत' मागण्यात आली, तेव्हा ती भूमिका सपशेल नाकारून मी घरी आले. तेव्हापासून 'चित्रपटाची ऑफर' आली की माझ्या अंगावर शहारेच येतात. आता केवळ आम्ही आणि लावणी असं आमचं काम सुरू आहे.''

भविष्यात 'लावणी' म्हटलं की ऐश्वर्या बडदे हेच नाव येईल, एवढी साधना ऐश्वर्या यांनी केली आहे. सुरुवातीच्या प्रवासातले मन सुन्न करून टाकणारे काही अनुभवही त्यांनी सांगितले.

''लावणीत नाचणारी बाई म्हणजे 'तशीच' असते, असा घातलेला चष्मा माणसं काढणार की नाही ?'' असा त्यांचा सवाल होता.

काळ खूप आधुनिक झाला; पण हा घाणेरडा चष्मा अजून अनेकांच्या डोळ्यांवर कायम आहे. बडदे कुटुंबीयांनी लावणीसाठी केलेल्या कामाच्या विविध खुणा पाहता पाहता माझे त्यांच्या घरी पाच तास कसे गेले कळलं नाही. त्यांची आई माधुरी यांनी केलेल्या स्वयंपाकातही कमालीची कला होती. गावाकडच्या स्वयंपाकाचा स्वाद आणि सुगंध प्रत्येक पदार्थाला होता. मला रिक्षा स्टँडपर्यंत सोडायला अवघं कुटुंब आलं होतं. मला निरोप द्यायला आलेली ही माणसं किती मोठी आहेत याचा अंदाज मला आला होताच. निघताना त्यांच्या जगण्यातलं–वागण्यातलं साधेपण मनाला व्यापून राहिलं.

पारंपरिक लावणीसाठी या दोघींनी केलेल्या कामाची नोंद लावणीच्या इतिहासात हळूहळू का होईना होत आहे. या दोघींना अजूनही लावणीवर प्रेम करणाऱ्या त्या तमाम रसिकांच्या मनात राजमान्यता नाही मिळाली, हे चित्र सगळीकडं खोलवर माहिती घेताना मला दिसत होतं. आज मराठी संस्कृतीवर प्रेम करणाऱ्या प्रत्येकानं या लावणी जगवण्याच्या चळवळीत आपलं योगदान दिलं पाहिजे, असं मनापासून वाटतं. मराठी लावणी विखारी नजरांनी वेढलेली आहे, त्या नजरांतून तिला मुक्त करून तिला कलासक्त नजरांचं लेणं मिळालं पाहिजे. जसं या दोघी बहिणींनी हे शिवधनुष्य उचललं आहे, तशी लावणीला 'खानदानी अदब' प्राप्त करून देणं, ही सगळ्यांचीच जबाबदारी नाही का ?

वंचितांच्या हातांना, गंध पुस्तकांचा

सोलापूरवरून लातूरकडे निघाल्यावर मध्ये लातूर फाटा नावाचं छोटंसं ठिकाण आहे. दोन्हीकडून ये–जा करणारी सर्व वाहनं येथे थांबतात. येथे मिळणारे साधे मुरमुरे, बासुंदी आणि चहा कोणत्याही पंचतारांकित हॉटेलमध्ये मिळणार नाहीत, अशी त्यांची चव. आयुष्य कमी–कमी व्हावं यासाठीच तयार केलेले रस्ते, अशी राज्याच्या ग्रामीण भागातील रस्त्यांची ओळख. याला पश्चिम महाराष्ट्र आणि मराठवाडा यांना जोडणारा रस्ता तरी अपवाद कसा असेल? गाडीच्या खाली उतरल्यानंतर किमान दहा मिनिटं पायी चालल्यावरच सुन्न पडलेल्या हाडांमध्ये पुन्हा जिवंतपणा येतो.

मी फोनवर बोलत बोलत मुख्य रस्त्यावर न चालता गाववस्तीकडे जाणाऱ्या रस्त्याच्या दिशेने चालायला लागलो.

थोडा वेळ पुढे गेल्यावर माझ्या रिकाम्या असलेल्या कानांवर लहान मुलांच्या सामूहिक वाचनाचा आवाज पडत होता. आवाजाच्या ठिकाणी गेलो, तर एक व्यक्ती पन्नास ते साठ लहान-लहान मुलांना शिकवायचं काम करीत होती. शांतपणे मुलांच्या पाठीमागे जाऊन बसलो. एकीकडे मी त्या शिकवणीमध्ये तल्लीन होत असताना दुसरीकडे विचारातही बुडालो होतो. शांतपणे सारी परिस्थिती मनाने हेरली. एकीकडे खूप समाधान होतं; तर दुसरीकडे खूप सारे प्रश्नही होते. त्या प्रश्नांची उत्तरं शोधल्यावर लक्षात आलं, की जे काम येथे सुरू आहे, त्यापेक्षा चांगलं काम कुठेच असू शकत नाही, या मतावर माझ्या मानाने शिक्कामोर्तब केलं. भटक्यांच्या मुलांना एकत्रित करून त्यांना शिकण्याच्या प्रवाहात आणण्याचं काम महेश निंबाळकर नावाचा तरुण येथे करीत होता.

रस्त्याच्या कडेला छोटे-छोटे पाल टाकून आपल्या रोजच्या भाकरीचा प्रश्न सोडवण्यासाठी तारेवरची कसरत करणाऱ्या भटक्यांच्या मुलांचा शिक्षणाचा प्रश्नही खूप गंभीर आहे.

भटक्यांची मुलं... दिवसभर भीक मागणे आणि रात्री आपल्या बापाला असणाऱ्या व्यसनाचा पाढा गिरवणे, अशीच त्यांची दिनचर्या. शाळेचा गंध, शिक्षणाची आवड, यांचं आणि त्यांच्या आयुष्याचं काही देणं-घेणं नाही. या मुलांना शिकवलं पाहिजे हे मनात घेऊन महेश आपलं काम करीत होता.

महेश आणि विनया यांच्या सोबत असणारी 'स्नेहग्राम'मधली ही गुणी मुलं

पारधी, शिकलकरी, भटके, डवरी, गोसावी, शिकार करणारे पारधी, ऊसतोड कामगार, राजस्थान येथून उंट-मेंढ्या घेऊन आलेले कामगार, कोल्हाटी असे भटके समाज एका ठिकाणी कधीच राहत नाहीत. चार-सहा महिने त्या-त्या ठिकाणच्या सीझनपर्यंत थांबायचं आणि सुगी संपली की, पाठीवर संसार घेऊन पुढचा रस्ता धरायचा. असे कितीतरी भटक्या लोकांचे समूह आजही पोटाची खळगी भरण्यासाठी मजल-दरमजल प्रवास करतात. या प्रवासादरम्यान त्यांच्या मुलांची होणारी हेळसांड, त्यांच्यावर नसलेले संस्कार, बाकी सर्व गोष्टी विचारू नका... या रस्त्यावरच्या शाळेत अशीच सर्व मुले जमली होती. शाळा सुटली आणि मुलं आपापल्या पालाकडे धावत सुटली. दोन लहान मुलांना गोंजारत महेश त्यांना आपुलकीने सांगत होता, ''कल जरूर आना हां.'' सगळी मुलं घरी गेली. महेशसोबत माझ्या गप्पा सुरू झाल्या. याच ठिकाणी पालामध्ये राहणाऱ्या अनेक मुलांना महेशने भीक मागताना, चोऱ्या-माऱ्या करताना पाहिलं होतं. तो त्या वस्तीत असणाऱ्या अनेकांना भेटला. 'त्या मुलांना शाळेत पाठवा', असं सांगितलं; पण त्याच्या बोलण्याकडे कुणी लक्ष देत नव्हतं. मुलं शाळेत पाठवली तर आपल्याला मुलांकडून होणारी मदत मिळणार कशी, हा त्या पालकांना पडलेला प्रश्न होता. मुलांना कुठेही पाठवायला पालक तयार नव्हते; पण 'तिथे येऊन शिकवतो, तुम्ही मुलांना पाठवा' असं सांगितल्यावर पालक तयार झाले.

नवल म्हणजे, आम्हाला त्याचे काही पैसे मिळणार काय ? हा प्रश्न पालकांनी महेशला केला. त्या पालकांची समजूत काढून त्याच ठिकाणी जाऊन महेश शिकवायला लागला. त्या भागातली अशी सर्व मुलं त्याने एकत्रित केली आणि तिथे जाऊन तो शिकवत होता. महेश आणि त्याची पत्नी विनया दोघेही या कामात खूप गुंतले.

महेश हे माढा येथे जिल्हा परिषद प्राथमिक शाळेत शिक्षक होते. त्यांची पत्नी विनया हीसुद्धा परांडा येथे शिक्षिका होती. आपली शाळा करून पालावर मुलांना शिकवायला जायचं म्हणजे कठीणच काम, म्हणून या दोघांनीही आपल्या नोकरीचा राजीनामा दिला. हे जोडपं फुलटाइम कामाला लागलं. सोलापूर, उस्मानाबाद आणि लातूर या भागातील अनेक पालांवर असणाऱ्या वस्त्या त्यांनी शोधल्या. त्या मुलांना आठवड्यातून एकदा का होईना, या पालावरच्या शाळेचा, पुस्तकाचा गंध मिळत होता. आपल्या पिढीमध्ये कुणाला तरी नाव लिहायला येतं, म्हणजे तो खूप मोठा पंडित, असा समज या भटक्या पालकांचा झाला. मुलांची वाढती शिक्षणाची गोडी त्या पालकांना आनंद देत होती. त्यातून काही पालक आपली मुलं महेश-विनया यांच्यासोबत पाठवायला तयारही झाले. ही मुलं महेशने एकत्रित केली.

"तुमचं काम कुठे चालतं," असं मी उत्सुकतेने महेशला विचारलं. तो म्हणाला, "चला आमच्यासोबत. आम्ही या मुलांना घेऊन एक उपक्रम हाती घेतलाय." मी क्षणाचाही विलंब न लावता म्हणालो "चला मग" आणि नांदेडच्या दिशेने जाणारी आमची गाडी बार्शीकडे वळली. भटक्यांची जी मुलं येतील त्यांना सोबत घेऊन बार्शी तालुक्यात कोरफळे गावच्या माळरानावर एक छोटीशी निवासी शाळा सुरू झालीय. भटक्यांची सदैव हसणारी मुलं येथे राहतात आणि शिक्षण घेतात. या सर्व मुलांना केवळ औपचारिक शिक्षणच नाही; तर पालकत्व देण्याचं कामही या दोघांनी मिळून केलं आहे.

येथे विनयाचं योगदान लाखमोलाचं आहे. स्वयंपाक बनवण्यापासून ते पहिली ते पाचवीच्या वर्गांना ती एकटी शिकवते. चोऱ्या करणारी ही भटक्यांची मुलं आमच्या गावातील वातावरण तर बिघडवणार नाहीत ना, याची भीती सुरुवातीला गावकऱ्यांत होती. आता याच शाळेमुळे गावाची वेगळी ओळख निर्माण झाली आहे, याचा गावकऱ्यांना अभिमान वाटतो. आता हेच गावकरी

या शाळेसाठी वेळप्रसंगी मदतीला धावून येतात. भटक्यांच्या मुलांना जवळ केलं, नोकरी सोडून नुसते नको असलेले उद्योग केले, म्हणून महेश आणि विनयापासून नातेवाईक दूर गेले. आता या दोघांचं गाव, कुटुंब, नातेवाईक हे 'स्नेहग्राम' आणि तिथे असणारी मुलं आहेत. त्यांनी सुरू केलेल्या कामात दोघांनाही समाधान आहेच, म्हणून त्यांच्या कामात कमालीचा उत्साह आहे.

महाराष्ट्रातील बहुधा ही पहिलीच शाळा असावी, जिथं विनया आपण तयार केलेल्या अभ्यासक्रमानुसार वर्गांना शिकवते. यातून गुणवत्तेवर कोणताच विपरीत परिणाम होत नाही. शासनाला या शाळेसाठी हा अभ्यासक्रम चालतो; पण हाच माणुसकी शिकवणारा अभ्यासक्रम राज्याच्या शिक्षण विभागाने सर्व शाळांना दिला तर आमची पोरं लई हुशार होतील, नाही का ?

या शाळेचं एक वैशिष्ट्य मला खूप आवडलं, ते असं की पुस्तकांप्रमाणेच इथल्या मुलांना माणसं वाचायला शिकवली जातात. मला इथल्या मुलांनी अनेक टीव्ही अँकरच्या नकला करून दाखवल्या. बालसंसद, बालसभा, निवडणुका, स्नेहग्राम, विद्यार्थी बचत बँक, मुलांनी स्वयंपाक बनवणं, शाळा कचरा-प्लास्टिक-तंबाखूमुक्त असणं, कुणी व्हरांड्यात चप्पल घालून आलं किंवा परिसरात धूम्रपान केलं, तर मुलंच त्याला दंड आकारतात. दोनशे-अडीचशे रुपयांचा हॅण्डवॉश एका कॅडमध्ये सर्व मुलांचे हात धुऊ शकतो, त्यामुळे पाण्याची येथे बचत झालीय. शाळेच्या समोर सातशे झाडं लावलेली आहेत. या झाडांखाली मुलं नियमित अंघोळ करतात. स्नेहग्राममध्ये कोणतंही मूल पाणी फेकून देत नाही.

आजवर क्षेत्रभेटीत बँक, पोस्ट, पोलिस स्टेशन, कोर्ट, दूध डेअरी, स्मशानभूमी, बाजारात खरेदीचा अनुभव आदी या मुलांनी प्रत्यक्ष अनुभवलंय. येथे पाचवीत शिकणारा रामा बावरी सांगत होता, प्रकल्पात साप निघायचे तेव्हा आम्ही मुलं साप निघाले म्हणून भीतीनं घाबरायचो. बार्शीतील सर्पमित्र

प्रतीक तलवाड यांनी मुलांना साप पकडायला शिकवलं, आता रामा बावरी स्वत: साप धरतो आणि परिसराबाहेर लांब सोडून देतो. रानातल्या हरिणांसाठी मुलांनी पाणवठे बनवले आहेत. पेट्रोल पंप, लायब्ररी, स्काइप स्कूल, टॅब स्कूल व बायोमेट्रिक हजेरीही स्नेहग्राममध्ये आहे. सर्वांत महत्त्वाचं म्हणजे, स्नेहग्राममध्ये सध्या पारधी-मराठी शब्दकोशाचं कामही सुरू आहे.

एकदा भेट द्यावी अशीच ही शाळा आहे. येथे जे काही केलं ते मुलांनीच केलं आहे. आपली शाळा जेव्हा घर असते, तेव्हा तिथे होणारा प्रत्येक संस्कार थेट मनावर कोरला जातो. स्नेहग्रामच्या शाळेला आणि प्रेमाला आता एक परिपक्व रूप आलं आहे. या प्रेमाला कुठेही बाधा येऊ नये यासाठी विनयाने शाळा सुरू करताना आपली सृजन व स्पंदन ही दोन्ही मुलं आपल्या आई-वडिलांकडे नेऊन ठेवली. वर्षातून कधीतरी या दोघांची चक्कर तिकडे होते.

हळूहळू शाळेचा आवाका वाढत गेला. मुलांची संख्या वाढत गेली. भटक्यांशिवाय स्थलांतरित व सिग्नलवर भीक मागणारी शाळाबाह्य मुलं; अनाथ, निराधार, वंचित, संघर्षग्रस्त मुलं; तुरुंगात शिक्षा भोगणाऱ्या कैद्यांची मुलं, लैंगिक शोषणाला बळी पडलेली मुलं, दुर्लक्षित जाती-जमातींची, एकच पालक असणारी मुलं अशा विविध परिस्थितीशी झगडत असणाऱ्या मुलांची ही शाळा म्हणूनच पुढे येत आहे. ना शासनाचा आधार, ना कुण्या व्यक्तीची कवडीची मदत. हा सगळा दिवसेंदिवस वाढत चाललेला प्रपंच चालवायचा कसा, हा गंभीर प्रश्न निंबाळकर पती-पत्नीसमोर उभा आहे. आपल्याजवळचं जे काही होतं-नव्हतं, ते विकून माळरानावर तीन एकर जागा घेतली. पत्र्याची शेड टाकून राहण्याची कशीबशी व्यवस्था केली; पण त्यापुढे काहीही होत नाही, अशी आजची परिस्थिती आहे.

महेश सांगत होते, आपण खूप मदत करू शकत नाही; पण काही तरी केलं पाहिजे यावर मीही ठाम होतो. या प्रकल्पाजवळ लोकवस्ती नाही. एक गाव आणि दुसरं गाव एकमेकांपासून दूर, त्यामुळे स्नेहग्रामला मुलं आणि आम्ही दोघंच. शाळेला कम्पाउंड नाही, त्यामुळे रात्री जनावरांची भीती. पाण्याची मुबलक प्रमाणात सोय नाही. वर्गखोल्या नाहीत. स्वतंत्र वसतिगृह नाही. मनुष्यबळ नाही. महाराष्ट्रातली ही पहिलीच शाळा असावी, जिथं फक्त

दोघेच काम करताहेत. त्यामुळे यांना इमारतीसह माणसांची खूप गरज आहे. विहीर आणि कम्पाउंडची फार गरज आहे.

विनया जेवढी हळवी, तेवढीच कठोरही आहे. एखादा मुलगा आजारी पडला तर रात्र-रात्र झोपत नाही. मुलं झोपली असताना दोन वेळा घरात साप निघाले. त्यानंतर मुलं रात्री झोपायला घाबरत होती. विनयाने त्या मुलांची समजूत काढली आणि ती स्वत: दरवाजात आडवी झोपली तेव्हा मुलं शांतपणे झोपली. तिने माझ्याशी बोलताना एकाच वाक्यात सांगितलं- 'या सर्वांची आई व्हायला मला फार आवडतं.' तिच्या त्या एका वाक्यात प्रेमाचं संपूर्ण सार जाणवत होतं.

संपूर्ण राज्यात आज तीन हजार सहाशे शाळा अशा आहेत, जिथं मुलांना आपण का पाठवावं, असा प्रश्न पालकांना पडतो. त्यात अजून ही एक शाळा, असं शासनाला वाटणं अगदी साहजिक आहे; पण ही शाळा त्या तीन हजार शाळांपेक्षा नक्कीच वेगळी आहे.

भीक मागणारी आणि चोरी करणारी मुलं इंग्रजीमध्ये बोलताना ऐकलं नि वाटलं, माणुसकीचे अच्छे दिन येथे आले आहेत. जे हात भीक मागत होते, त्या हातांना पुस्तकांचा गंध लागला आहे. ही मुलं खूप मोठी होणार, देशाच्या विकासात यांचाही सिंहाचा वाटा असणार; कारण यांनी खूप भोगलं आहे. अजून कुणाला हा त्रास होऊ नये यासाठी यांच्यात संस्कारांची पेरणी करण्याचं काम स्नेहग्रामवासीय करीत आहेत. पाहूया, आपल्या सगळ्यांना मिळून यांना काही मदत करता येते का!

पन्नाशीतील शंभरी

नांदेडच्या आयुर्वेद महाविद्यालयाच्या प्रांगणात आम्ही काही विद्यार्थी गप्पा मारत उभे होतो. ते माझं कॉलेजचं पहिलंच वर्ष होतं. प्रवेश घेऊन काहीच दिवस झाले होते. नवखेपणा अजून विरला नव्हता. वय जेमतेम सतरा वर्षं.

तेवढ्यात एक तिशीचा तरुण धावतच आमच्याजवळ आला. तो खूप घाबरलेला दिसत होता. त्यानं आल्या आल्या बोलायला सुरुवात केली– ''साब, मेरा नाम शकूर है... सुना है, यहाँ आयुर्वेद कालेज मे खून की बोतल मिलती है... मेरी छोटी सी तीन साल की बेटी सीरियस है... उसे खून की सख्त जरूरत है...''

आणि तो बरंच काही बोलत राहिला.

''ब्लड ग्रुप कौनसा है... ?'' मीही अधीरपणे विचारलं.

''बी पॉझिटिव्ह.''

''अरे, ये तो मेरा भी ब्लड ग्रुप है! चलो, मैं देता हूँ आप की बेटी को खून।''

तो तरुण जरासा आश्वस्त झाला तरी त्याची अस्वस्थता बराच वेळ कायम होती. मित्रांना तिथंच सोडून आणि पुढच्या तासाला दांडी मारून मी रक्त देण्यासाठी त्याच्यासोबत निघालो. कॉलेजपासून दहा मिनिटांच्या अंतरावर डॉक्टर भास्कर या बालरोगतज्ज्ञांच्या हॉस्पिटलमध्ये आम्ही गेलो. तिथं शकूरच्या कुटुंबातल्या तीन–चार महिला आणि दोन पुरुष जणू आमचीच वाट बघत उभे होते. मी आधी छोट्या सकीनाला बघितलं. ती बिछान्यावर निश्चल पडून होती. हिमोग्लोबिन साडेचारपर्यंत

उतरलं होतं. गंभीरच होती ती. मरणासन्न अवस्थेत असलेल्या सकीनाला बघून मला गलबलून आलं. रक्त देण्याची प्रक्रिया त्वरित पार पडावी म्हणून मीही घाई करू लागलो. आयुष्यात पहिल्यांदा रक्तदान करत होतो. थोडीशी भीतीही होतीच मनात. रक्तदानाविषयीचे गैरसमज माझ्याही मनात होतेच तेव्हा; पण आपल्या रक्तदानानं एका बालिकेचे प्राण वाचू शकतात, याचं समाधान अधिक होतं.

मला बेडवर झोपवून हातात एक रबरी चेंडू देण्यात आला आणि सुरू झाली रक्त काढून घेण्याची प्रक्रिया. आपल्याच रक्ताची ४०० मिलिलिटरची ती बाटली मी पहिल्यांदाच बघत होतो. तोही अनुभव अपूर्वच होता! मात्र हेच रक्त एका चिमुकलीचे प्राण वाचवणार आहे, याचा आनंद कितीतरी पटींनी अधिक होता.

अखेर संपूर्ण प्रक्रिया पार पडली. मला 'पार्ले'ची चार बिस्किटं आणि चहा देण्यात आला. इतक्या सन्मानानं यापूर्वी मला कुणीच चहा दिला नव्हता. आपण रक्त दिलंय या अभिमानानं मन भरून आलं होतं. दहा मिनिटं विश्रांती घेऊन मी बाहेर पडलो.

दुसऱ्या दिवशी नेहमीप्रमाणे कॉलेजला गेलो. एव्हाना रक्तदानाच्या फुशारकीचा बहर जरासा ओसरला होता. मधल्या सुटीत पुन्हा आम्ही मित्रमंडळी कॉलेजच्या प्रांगणात गप्पा मारत उभे होतो. तेवढ्यात मागून कुणीतरी माझ्या खांद्यावर

हात ठेवला. मागं वळून पाहतो तर हातात मिठाईचा डबा घेतलेला शकूर उभा! त्याच्या चेहऱ्यावर आनंद, आदर, ममत्व ओसंडून वाहत होतं. त्यानं वाकून माझे पाय धरले. त्याचे डोळे पाणावले.

''डॉक्टरसाब, जुग जुग जिओ। आप ने मेरी बच्ची को बचा लिया. वरना...''

त्याचे डोळे पुसून मी त्याला छातीशी धरलं.

''मैंने तो मेरा इन्सानियत का फर्ज निभाया शकूरभाई.''

दाटून आलं होतं मला. मात्र, मी मनोमन सुखावलो होतो. सकीना वाचली होती. माझ्या ४०० मिलिलिटर रक्तानं एका बालिकेला जीवदान दिलं होतं. बस्स! त्या दिवशीपासून ठरवलं, रक्तदान करायचंच!''

डॉ. सुरेश हनमंते (संपर्क क्रमांक : ९४२२१ ७०४४०) सांगत होते आणि मी त्यांचं बोलणं एकाग्र चित्तानं ऐकत होतो.

डॉ. सुरेश हे माझे मामा डॉ. अवधूत निरगुडे यांचे वर्गमित्र. मामा नेहमीच डॉ. हनमंतेंबद्दल बोलायचे. त्यांच्या 'रक्तदान मिशन'विषयी सांगायचे. गेल्या आठवड्यात नांदेडला गेलो तेव्हा अवधूतमामांनी डॉ. हनमंते यांच्या अनोख्या विक्रमाबद्दल मला सांगितलं आणि मी चकितच झालो!

येत्या ११ ऑगस्ट रोजी डॉ. हनमंते त्यांच्या रक्तदानाचं शतक पूर्ण करणार आहेत, अशीही माहिती मामांनी मला दिली.

''शंभर वेळा रक्तदान? त्यांचं वय किती आहे?'' मी कुतूहलानं विचारलं.

डॉ. सुरेश हनमंते

मामांनीही मित्राबद्दलच्या अभिमानानं भारलेल्या आवाजात सांगितलं, "अरे, डॉ. सुरेश ११ ऑगस्ट रोजी वयाची ५० वर्षं पूर्ण करत आहेत."

पन्नासाव्या वर्षी १०० वेळा रक्तदान करणारे डॉ. हनमंते मला अजबच वाटले! मुळात रक्तदान करायला १८ वर्षं पूर्ण असावी लागतात अणि दोन रक्तदानांत किमान ९० दिवसांचं अंतर असावं लागतं. म्हणजे हिशेब केला तर वर्षातून चारच वेळा रक्तदान करता येतं. शिवाय, प्रत्येकवेळी म्हणजे नेमानं नव्वदाव्या दिवशी रक्तदान केलेलं असेल अशीही शक्यता नाही. आजारपण, वैयक्तिक किंवा इतरही कारणांनी खाडे झाले असतीलच. चार-सहा वर्षं मागं-पुढं असली तरी डॉ. हनमंते काय वयाच्या अठराव्या-विसाव्या वर्षापासून सातत्यानं रक्तदान करत आले आहेत... ? ...माझ्या मनात विचार येऊन गेला.

केवळ डॉ. हनमंते यांना भेटण्यासाठी मी पुणे गाठलं. अर्थात, माझ्या येण्याची पूर्वकल्पना त्यांना दिली होती. त्यांच्या पहिल्या रक्तदानाचा किस्सा ऐकत बसलो आणि हातातला चहाचा कप हातातच राहून गेला. गार झालेला चहा वर्षावहिनींनी पुन्हा गरम करून दिला. सतराव्या वर्षापासून न विसरता डॉ. हनमंते रक्तदान करत आहेत.

डॉ. हनमंते सांगू लागले, "सन १९८६ पासून मी रक्तदान करत आहे. ज्या वर्षी मी नांदेडच्या शासकीय आयुर्वेद महाविद्यालयात प्रवेश घेतला, त्या वर्षीपासून ते आजतागायत रक्तदानाचं माझं कार्य अव्याहतपणे सुरूच आहे. त्या वेळी नांदेडमध्ये खासगी रक्तपेढी नव्हती. केवळ शासकीय रुग्णालयातच रक्तपेढी होती. रक्ताची गरज भासली तर आमच्या महाविद्यालयाच्या नोटीस बोर्डवर तशी सूचना झळकत असे. संबंधित डॉक्टरचा फोन क्रमांक त्यावर असे. गरजू लोक सातत्यानं रक्तासाठी येत. मोठ्या आशेनं ते रक्तासाठी रुग्णालयात हिंडत असत. त्यांची ही तळमळ आणि तगमग पाहून काळीज पिळवटून निघे. मी तेव्हा निश्चय केला आणि गरजूंना तत्काळ रक्तपुरवठा व्हावा यासाठी माझ्या कॉलेजमधल्या मित्रांचा एक ग्रुप तयार करून त्यांना रक्तदानासाठी प्रोत्साहित केलं. त्याच काळात नांदेड शहरात 'रेडक्रॉस' सोसायटीची स्थापना झाली. रक्तदानाच्या चळवळीला त्यामुळे शहरात गती मिळाली. रेडक्रॉसकडून रक्तदानाची सातत्यानं माहिती मिळायची. वर्तमानपत्रांत

लेख प्रसिद्ध व्हायचे.

त्यानंतर रेडक्रॉसनं 'जिल्हा रक्तदान समिती'ची स्थापना केली. त्या समितीचे कार्यकारी अध्यक्ष सिव्हिल सर्जन असायचे. मी स्वत:हून त्या समितीचं सदस्यत्व स्वीकारलं. रक्तदान प्रक्रियेची संपूर्ण माहिती घेतली. विविध कॅम्प्समध्ये भाग घेतला. काही कॅम्प्स स्वत: आयोजित केले. नांदेडचे स्थानिक डॉक्टर डॉ. वीरभद्र हिमगिरे, डॉ. मोतेवार, डॉ. पी. डी. जोशी पाटोदेकर, डॉ. हुंडीवाला, श्रीमती केटीबेन मेवावाला आदींनी रक्तदानाची चळवळ नांदेडमध्ये उभी केली.

हे सर्व करत असताना मला एक बाब सातत्यानं खटकत होती. रक्तदानाबद्दल सामान्य लोकांमध्ये असलेला गैरसमज कसा दूर करायचा ? लोकांमध्ये जाऊन थेट काम करण्यासाठी आपण स्वतंत्र रक्तदान लोकचळवळ उभारावी काय, असाही एक विचार मनात येऊन गेला.''

त्यांना मध्येच थांबवून मी विचारलं : ''रक्तदानाबाबत आजही अनेक गैरसमज आहेत. तुम्हाला तर अनेकदा अशा प्रसंगांना तोंड द्यावं लागलं असेल. एखादा अनुभव सांगा...''

काही तरी आठवल्यासारखं करून डॉ. हनमंते मनाशीच हसले.

''सिव्हिल हॉस्पिटलमध्ये ४०-४२ वर्षांची एक महिला दाखल होती. गर्भाशयाची शस्त्रक्रिया (हिस्टरेक्टॉमी) करणं अत्यावश्यक होतं. तिचं हिमोग्लोबिन साडेपाच-सहा एवढं उतरलं होतं. नवरा सोबत होताच. पन्नाशीच्या आतलाच असावा. बाई सेमीकोमात होती. शस्त्रक्रियेसाठी रक्ताच्या दोन ते तीन बाटल्यांची आवश्यकता होती. तिचा रक्तगट 'बी पॉझिटिव्ह' होता. तिच्या नवऱ्याचाही तोच रक्तगट होता. डॉक्टरांनी नवऱ्याला रक्तदानाचा सल्ला दिला. तोच ती मलूल पडलेली बाई उठून एकदम बसली आणि म्हणाली, ''जीव गेला तरी चालेल; पण नवऱ्याचं रक्त नको.'' आम्ही सारे हैराण झालो. हिला का नकोय नवऱ्याचं रक्त ? ती लगेच म्हणाली, ''रक्त दिल्यानं त्यांना कमजोरी येईल. कृपया त्यांचं रक्त घेऊ नका.''

मुळात नवराही रक्त देण्यासाठी फारसा उत्सुक नव्हताच, पण प्रश्न त्या महिलेच्या जिवाचा होता. अखेर मी रक्त दिलं. आणखी बाहेरून दोन बाटल्या आणाव्या लागल्या. या वेळी रक्त देताना मला विशेष काळजी वाटत होती.

कारण, याआधी रक्त देऊन मला ८२ दिवसच झाले होते. दोन रक्तदानांत किमान तीन महिन्यांचा अवधी असायलाच हवा. मी तर स्वत: डॉक्टर. मला याची पुरेपूर जाणीव होती, तरी जोखीम घेऊन मी रक्त दिलं.''

''ऑपरेशन झालं का तिचं सफल?'' मी मध्येच विचारलं.

डॉक्टर हसले.

''हो. ऑपरेशन झालं नीटनेटकं. दुसऱ्या दिवशी नवरेबुवा आले पेढे घेऊन. म्हणाले, 'तुमच्यामुळे माझी बायको वाचली.' ते पेढे मी तसेच ठेवून दिले. रक्तदानाविषयीच्या गैरसमजुतीचा कडवटपणा मनात ठेवून मला ते पेढे कसे गोड लागले असते!''

त्यांचा हा अनुभव ऐकून मी सुन्न झालो. नांदेडच्या एका खासगी रुग्णालयात मीही अशाच एका प्रसंगाला तोंड दिलं होतं. 'बायकोला रक्त द्या' असं सांगताच एक पतीमहाशय चक्क पळून गेले होते. मग आम्ही काही मित्रांनी रक्त देऊन त्या महिलेचे प्राण वाचवले होते.

'रक्त विकत आणा, आम्ही त्यासाठी कितीही पैसे द्यायला तयार आहोत; पण आमचं रक्त घेऊ नका...' अशी विनंती करणारी कितीतरी माणसं मी पाहिली आहेत... डॉक्टर जरासे खिन्न झाले होते.

रक्तदानासाठी खासगी, शासकीय आणि कॉर्पोरेट पातळीवर अतोनात प्रयत्न होत असताना आजही असे अनुभव येतात. यामुळे मोठं नैराश्य येतं. अनेक ठिकाणी चाललेला रक्ताचा बाजार आहेच आहे.

या नैराश्याच्या पार्श्वभूमीवर डॉ. हनमंते यांचं काम थांबलेलं नाहीये. कॉलेजमध्ये असताना आणि तिथून बाहेर पडल्यावरही रक्तदानाचं त्यांचं काम अव्याहतपणे सुरू आहे. कॉलेजमध्ये असताना 'डॉ. बाबासाहेब आंबेडकर मेडिकोज असोसिएशन'चं अध्यक्षपद भूषवतानाच रक्तदानाची चळवळ वृद्धिंगत व्हावी यासाठी त्यांनी अहोरात्र परिश्रम घेतले. सातत्यानं रक्तदान शिबिरं, औषधवाटप, एनएसएसचे कॅम्प्स, कॉन्फरन्सेस, राज्यपातळीवरील वादविवाद स्पर्धांचं आयोजन करून त्यांनी रक्तदान हा विषय आपल्या आयुष्याशी कायमचा बांधून घेतला आहे.

मुलांचं शिक्षण आणि रक्तदानप्रसाराच्या काही नव्या संकल्पना राबवण्याच्या उद्देशानं दहा वर्षांपूर्वी डॉ. हनमंते यांनी नांदेड सोडून पुणे गाठलं. ठरल्यानुसार

तिथं त्यांनी आपल्या कामाचा व्याप वाढवला आहे. पुण्यात विविध महाविद्यालयांत आणि संस्थांमध्ये ते व्याख्यानं देतात. रक्तदान ही चळवळ मनामनांत रुजली पाहिजे यासाठी त्यांचे प्रयत्न सतत सुरू आहेत. पोटासाठी त्यांचा वैद्यकीय व्यवसाय सुरू आहेच. पत्नी डॉ. वर्षा यांनीसुद्धा आपला वैद्यकीय व्यवसाय सुरू केला आहे; पण रक्तदानाच्या प्रचार-प्रसाराच्या कामात दोघांनीही स्वत:ला झोकून दिलं आहे.

''डॉक्टर, तुमच्याशी किती तरी लोकांचं रक्ताचं नातं आहे. कारण, Blood Donation is blood relation. चला, मीही या आपल्या नात्याची सुरुवात रक्त देऊनच करतो. येत्या शिबिरात तुम्ही मलाही सहभागी करून घ्या,'' मी म्हणालो.

डॉ. सुरेश हनमंते यांचा निरोप घेताना त्यांना मी वाकून नमस्कार केला, कारण हनमंते हे मला विज्ञानवादी चळवळीचे पाईक वाटत होते. त्यांच्या घरी भिंतींवर असलेल्या डॉ. बाबासाहेबांच्या तसबिरीपुढं मी हात जोडून वाकलो. प्रतिमा आणि प्रतिभेच्या या संयोगाला मी एकत्रित नमन केलं आणि बाहेर पडलो. डोक्यात विचार खूप होते; पण मनात सतत घुमणारा विचार एकच होता : आपण लवकरात लवकर रक्तदान करायचंच...!

भिकाऱ्यांचे तारणहार

या सदरात काही दिवसांपूर्वी प्रसिद्ध झालेल्या 'सिग्नलवरचे नटसम्राट' या लेखाला राज्यातून मोठा प्रतिसाद मिळाला. नाइलाजास्तव भीक मागणाऱ्यांसाठी काय करावं, याविषयीच्या अनेक सूचना अनेकांनी केल्या. त्यात पुणे धर्मादाय आयुक्त दिलीप देशमुख यांची सूचना खूप महत्त्वाची होती. ते म्हणाले : 'पुण्यात अशा सगळ्या भिकाऱ्यांसाठी एका डॉक्टर दांपत्यानं खूप मोठं योगदान दिलं आहे.' 'आम्ही भिकाऱ्यांचे डॉक्टर' असं स्वत:ला अभिमानानं म्हणवून घेत हे डॉक्टर दांपत्य काम करत आहे. देशमुख यांच्याकडून त्या डॉक्टर दांपत्याचं काम समजून घेतलं आणि त्यांना भेटायचं ठरवलं. एके दिवशी सकाळी सकाळी डॉक्टरांच्या पाषाण इथल्या घरी पोचलो. मी येणार असल्याचं त्यांना अगोदर कळवलं होतं. काही फायली,

फोटोंचे अल्बम त्यांनी माझ्यासमोर ठेवले. आपण यांच्या कामाविषयी जो अंदाज बांधला होता, त्या अंदाजापेक्षाही या दांपत्याचं काम खूप मोठं आहे, हे माझ्या लक्षात येत गेलं.

डॉ. अभिजित सोनवणे आणि डॉ. मनीषा सोनवणे हे ते दांपत्य.

माझ्याशी बोलताना त्यांनी त्यांचा इत्थंभूत प्रवास सांगितला. 'तुम्ही जिथं काम करत आहात, तिथं आपण जाऊ या' असं मी त्यांना सुचवलं आणि आम्ही त्या ठिकाणी जायला निघालो. आता आम्ही पुण्याच्या लष्कर (कॅम्प) भागातल्या एका कबरस्तानाजवळ आलो होतो.

कुणाचं तरी निधन झालेलं होतं. अंत्यविधीनंतर कबरस्तानातून बाहेर येणारे लोक तिथल्या भिकाऱ्यांना सढळ हातानं दान करताना दिसत होते. त्या भिकाऱ्यांमध्ये काही धडधाकटही होते, काही म्हातारी माणसंही होती. डॉक्टरांनी त्यांच्या टीमला अगोदरच त्या कबरस्तानाजवळ यायला सांगितलं होतं. त्यानुसार टीम आली आणि त्या सगळ्या लोकांना एकेक करून गाडीत बसवण्यात आलं. भीक मागणारी आणखी माणसं कुठं असतील याची कल्पना डॉक्टरांना होती. त्या दिशेनं आम्ही निघालो. वाटेत मला डॉक्टरांनी एकूण वारांचा हिशेब सांगितला. सोमवारी शंकराचं मंदिर, मंगळवारी देवीचं मंदिर, बुधवारी गणपतीचं मंदिर, गुरुवारी साईबाबांचं मंदिर आणि स्वामी समर्थांचा मठ, शुक्रवारी मशीद... अशी ती यादी होती. जिथं अधिक भक्त जमतात,

डॉ. मनीषा सोनवणे

डॉ. अभिजित सोनवणे

तिथं भिकाऱ्यांची संख्या अधिक असते, असा डॉक्टरांचा अनुभव. पुणे शहरात शंकराचं मंदिर– ओंकारेश्वर मंदिर, पाषाणमधलं मारुतीचं मंदिर... शहरातल्या अशा एकूण ४७ मोठ्या मंदिरांबाहेर हे भिकारी मोठ्या प्रमाणात असतात, अशी माहिती डॉक्टरांनी दिली. डॉक्टरांच्या निरीक्षणानुसार, यातले ३० टक्के भिकारी हे स्वत:च्या आणि कुटुंबीयांच्या उदरनिर्वाहासाठी नाइलाजाने भीक मागत असतात. ७० टक्क्यांपेक्षा अधिक भिकारी हे 'केवळ फुकट मिळतंय, काम करायला नको' म्हणून भीक मागत असतात. काहीजण वर्षानुवर्षं वेड्यासारखं वागून केवळ देह जगवण्यासाठी भीक मागत असतात; तर उर्वरितांमध्ये अनेक म्हातारी जोडपी आहेत. ही जोडपी महाराष्ट्रातल्या दुष्काळी भागातून आल्याचं पाहायला मिळतं. ज्या दुष्काळी भागात त्यांची मुलं त्यांना सांभाळू शकत नाहीत अशी परिस्थिती आहे तो भाग कुठला, ती शहरं कुठली याविषयीची सगळी माहिती मिळाली. अशा सगळ्या पीडितांचे कैवारी म्हणून हे डॉक्टर दांपत्य २०१५ पासून पूर्णवेळ हे काम करत आहे. भीक मागणाऱ्या लोकांना स्वच्छतेचं महत्त्व पटवून देणं किंवा त्यांना खाऊ घालणं एवढंच केवळ हे काम नाही; तर त्यांना स्वत:च्या पायावर उभं करायचंही मोठं काम हे दांपत्य करत आहे. 'हे दांपत्य भिकाऱ्यांच्या केवळ आजारांचं निदान करतं,' एवढीच माहिती मला आधी मिळाली होती. मात्र, या माहितीच्याही पलीकडचे अनेक पैलू जे मला प्रत्यक्षात पाहायला मिळाले, ते काही औरच होते.

त्या रुग्णांना आपल्याकडं आणणं... त्यांना नीटनेटकं करणं... त्यांच्या गंभीर आजारावर वेगवेगळ्या शस्त्रक्रिया करणं... कुणाला वृद्धाश्रमामध्ये प्रवेश मिळवून देणं... त्यांच्या कुटुंबीयांना खुशाली कळवणं... भिकाऱ्यांना व्यवसाय उभा करून देणं... भिकाऱ्यांची मुलं दत्तक घेऊन त्यांना शिकवणं... अशा कितीतरी गोष्टी हे दांपत्य करत असल्याचं समजलं. खरं तर त्यांचं हे मोठं काम शब्दांतून मांडण्यापलीकडचं आहे, असं म्हटलं तरी चालेल. वेगवेगळ्या प्रकारची मदत केलेल्या भिकाऱ्यांच्या नावांनी डॉक्टरांकडचं रजिस्टर भरून गेलंय.

डॉक्टरांनी पुण्याच्या टिळक आयुर्वेदिक महाविद्यालयातून शिक्षण पूर्ण केलं. तिथं त्यांना मनीषा भेटल्या आणि दोघांचे विचार जुळले. विवाह झाला. १९९९ मध्ये दोघांनी प्रॅक्टिस सुरू केली. दिवसभर गावोगावी आणि दारोदारी फिरून त्यांना त्या वेळी फक्त ३०-४० रुपये मिळायचे. परिश्रमांच्या

तुलनेत ही रक्कम तशी नगण्य होती. या स्थितीमुळं दोघांनाही आत्मविश्वास गमावल्यासारखं झालं होतं. असंच एकदा रस्त्यानं जात असताना एका झाडाखाली त्यांना भीक मागणारं जोडपं दिसलं. त्यांच्याजवळ असलेलं अन्न त्यांनी डॉक्टरांनाही दिलं. त्या काळात दिशाहीन झालेल्या डॉक्टरांना पुढच्या कार्याची जणू दिशाच त्या जोडप्यानं दाखवली. आपल्या आयुष्यात घडलेल्या घटनांचा संदर्भ देत, आयुष्य म्हणजे नेमकं काय, हेही त्यांनी डॉक्टरांना सांगितलं आणि जमेल तशी आपल्या परीनं डॉक्टरांची गाडी रुळावर आणण्याचा प्रयत्न केला... या संवादामुळं डॉक्टरांची त्यांच्याशी चांगली मैत्री झाली. त्या मैत्रीतून आणि सल्ल्यातून डॉक्टर पुन्हा उभे राहिले. आपला प्रवास सांगताना डॉक्टर म्हणाले, ''चुकूनमाकून मला मेडिकलला प्रवेश मिळाला. तिथं अंजनाळकर सरांनी मला घडवलं आणि या भेटलेल्या आजी-आजोबांनी मला दिशा दाखवली.'' डॉक्टरांनी बारावीपर्यंतचं आयुष्य कधीच गांभीर्यानं घेतलं नव्हतं. मेडिकलला प्रवेश मिळाल्यानंतरही त्यांचा हाच स्वभाव कायम राहिला होता. अंजनाळकर नावाच्या एका शिक्षकानं या विद्यार्थ्याला बोट धरून काठावर आणलं... आणि तिथून सुरू झाला प्रवास...एका डॉक्टरचाही आणि त्यांच्यातल्या माणसाचाही...! या सर्व प्रवासात योग्य वाटेवर आणण्याचं श्रेय डॉक्टर आपल्या आई-वडिलांनाही आवर्जून देतात आणि सांगतात, ''प्रत्येक भिकाऱ्यात मला ते मार्गदर्शक दिसतात... आणि आई-वडीलही...''

एखाद्या भिकाऱ्याला 'भिकारी' असं संबोधणंही डॉक्टरांना आवडत नाही. त्याचं कारण म्हणजे, ते एका अगतिकतेतून भीक मागत असतात, त्यामुळे 'भिक्षेकरी' असा शब्द त्यांच्यासाठी डॉक्टर वापरतात.

बराच लांबचा पल्ला गाठून आम्ही शहरातल्या एका शनिमंदिराजवळ येऊन थांबलो. डॉक्टर मनीषा यांना बघून एक आजी खूप खूश झाल्या. डॉक्टर मनीषा जवळ येताच आजींनी त्यांना मिठी मारली. डॉक्टर अभिजित यांच्या तोंडावरून हात फिरवत 'माझं लेकरू गं माय' असे शब्द आजींच्या तोंडून सहज बाहेर पडले.

डॉक्टर मला म्हणाले, ''तुम्ही आजींशी बोला. आम्ही या लोकांना भेटून येतो.'' मग डॉक्टर दांपत्यानं त्या भिकाऱ्यांना रस्त्यावरच तपासत आपलं

'क्लिनिक' सुरू केलं. कुणाची नाडी तपासणं, कुणाचे डोळे तपासणं, कुणाचं ड्रेसिंग करणं, कुणाचं बीपी तपासणं, रस्त्यावरच गोळ्या-औषधं देणं अशा कामाला ते दोघंही लागले. त्यांच्या या कामाचं निरीक्षण मी करू लागलो.

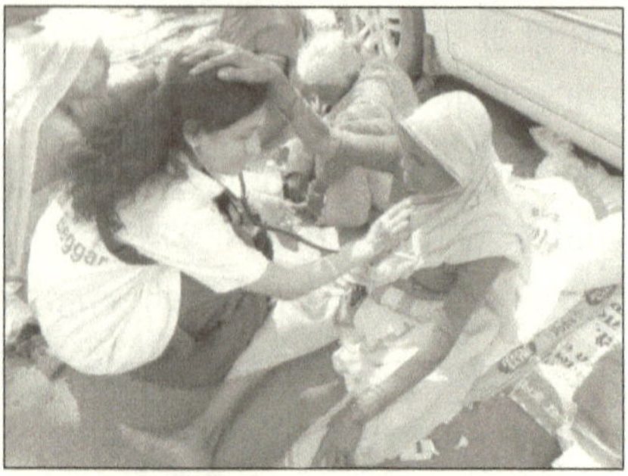

डॉ. मनीषा आणि डॉ. अभिजित सोनवणे या दोघांचं काम पुण्यात नियमित सुरू असतं.

तेवढ्यात आजी माझ्याकडं बघत म्हणाल्या, ''तुम्हीपण डाक्टर हाव काय?'' मी म्हणालो, ''नाही. मी त्यांचा मित्र आहे.''

मला जे हवं होतं, ते आजींना विचारायला मी सुरुवात केली. आजींनी पहिल्यापासूनची त्यांची सगळी कहाणी मला सांगितली. डॉक्टरांना भेटल्यापासून मी या चौथ्या व्यक्तीला भेटत होतो. प्रत्येकजण जणू काही स्वतंत्र कादंबरीचाच विषय. कुणाला घरातून बाहेर काढण्यात आलं होतं... कुणाचा नवरा वारलेला... कुणाचं कुटुंब पुरात वाहून गेलेलं... अशा वेगवेगळ्या विदारक कथा आणि व्यथा असणारी एकापेक्षा एक खरीखुरी माणसं!

या आजीबाईंची कहाणी तर भन्नाटच होती.

मुलं वारलेली, नवरा गेलेला, सख्ख्यांनी साथ सोडलेली, समाजानं 'वेडी' ठरवलेली... केवळ नातवंडांना जगवण्यासाठी म्हणून भीक मागणं सुरू केलं म्हणून मुलांनी घराबाहेर काढलं आणि अशा या माउलीला आणि तिच्या नातवंडांनाही या डॉक्टर पती-पत्नीनं आपलंसं केलं, आपली 'आई' मानलं. या डॉक्टरांनी अशी कितीतरी नाती निर्माण केली आहेत. डॉक्टर म्हणतात, ''माझं एक कुटुंब घरात चार भिंतींत राहतं... पण रस्त्यावर तयार झालेलं आमचं हे दुसरं कुटुंब रस्त्यावरच, आभाळाच्या सावलीखाली राहतं... आणि त्याचीच मला खंत आहे.''

पुण्याच्या अनेक देवस्थानांच्या बाहेर लोक डॉक्टरांची वाट पाहताना दिसत होते. एरवी भीक मागणाऱ्या हातांची अपेक्षा हातात काहीतरी पडावं एवढीच असते. मात्र, हेच भीक मागणारे हात डॉक्टरांना स्पर्श करण्यासाठी

डॉ. अभिजित सोनवणे यांनी या कामात स्वत:ला वाहून घेतलं आहे.

पुढं येतात. मरणपंथाला लागलेल्या अनेक भिकाऱ्यांची सोय डॉक्टर वृद्धाश्रमामध्ये करतात. नाव आणि गाव नसलेल्या या लोकांना स्वत:चं नाव देतात... डॉक्टर त्यांना तिथं प्रवेश मिळवून देतात. डॉक्टरांचं हे काम सतत चालू असतं.

रविवारी, सुटीच्या दिवशी डॉक्टरांच्या टीममध्ये आणखी एक मेंबर दाखल होतोय तो त्यांचा मुलगा सोहम. सोहम सध्या पंधरा वर्षांचा आहे. त्यालाही आपल्या आई–वडिलांच्या कामात खूप रुची आहे. लोक आपल्या माघारी मुलाच्या नावे धनदौलत ठेवतात... या दांपत्यानं आपल्या माघारी हे सर्व भिकारी या मुलाच्या नावे करायचं ठरवलं आहे! आपल्या टीमसोबत या दोन डॉक्टरांनी फक्त पुणे शहरात हे काम सुरू केलं. त्यांना हे काम वाढवायचंय, भिकाऱ्यांसाठी हक्काचं घर, पुनर्वसन केंद्र काढायचंय; पण आर्थिक अडचणीतून मार्ग सापडत नाही, अशी स्थिती आहे. भिकाऱ्यांचं पालकत्व पूर्णवेळ स्वीकारण्यासाठी डॉक्टरांनी तर आंतरराष्ट्रीय कंपनीतली त्यांची नोकरी सोडली. डॉ. मनीषा या सध्या ॲग्रिकल्चर कॉलेजमध्ये एके ठिकाणी मेडिकल ऑफिसर म्हणून काम करतात. सकाळी पाच वाजल्यापासून त्या योगाचे क्लास घेतात आणि डॉक्टरांच्या पूर्ण वेळ उपक्रमात त्यांनी स्वत:ला झोकून दिलं आहे. डॉक्टर मनीषा यांच्या पगारावर आणि लोकांच्या थोड्या मदतीवर डॉक्टरांचे हे सारे उपक्रम चालतात. या पूर्णवेळ कामासाठी चार पैसे जमा होतील आणि लोकांचा हातभार लागेल यासाठी डॉक्टरांनी 'सोहम' या नावानं एक ट्रस्ट उभारला आहे. त्या ट्रस्टच्या माध्यमातून लोकांनी दिलेली मदत डॉक्टरांच्या कामी येते; पण आलेली मदत एकदम तुटपुंजी आहे, असं एकूण संस्थेचं कामकाज पाहिल्यावर समजतं.

डॉ. मनीषा म्हणाल्या, ''लोकांना मदत करण्याचं काम हा माझा आवडता

विषय. डॉक्टरांसारखं मलाही वाटायचं, की जॉब सोडून यातच पूर्णवेळ काम करावं; पण प्रपंच चालवायला, या लोकांची सेवा करायला आणि त्यांच्या औषधपाण्याला, दवाखान्याच्या इतर खर्चाला, पुनर्वसनासाठी लागणाऱ्या वस्तूंना, कपड्यालत्त्याला पैसे आणायचे कुठून, हा प्रश्न होता. त्यामुळे मी माझं काम सुरू ठेवलं. पाहता पाहता छोटंसं काम आज खूप मोठं झालंय.''

भुकेल्याला अन्न, आजारी असलेल्याला औषधपाणी आणि परक्या माणसाला आपलेपणा देत कितीतरी मायेची नाती या डॉक्टरांनी निर्माण केली आहेत. आता या दोघांचं काम पाहिलं की मनात एक प्रश्न येतो व तो म्हणजे, खरी नाती कोणती ? रक्ताची की प्रेमाची ?

आपली ओळख काय, आपण आलो कुठून याचं भान घरापासून तुटलेल्या या माणसांना अनेकदा नसतं. त्यातूनच त्यांच्याविषयी 'भिकारी', 'वेडा' असे शब्दप्रयोग करत समाज त्यांच्याकडं कानाडोळा करतो. या लोकांना माणुसकीच्या मुख्य प्रवाहात आणण्याचं काम पुण्यात एवढ्या मोठ्या प्रमाणात सुरू असेल, हे अनेकांना माहीतही नसेल. त्यांच्यासोबत दिवसभरातला घेतलेला अनुभव माझ्यासाठी थक्क करणारा होता.

उमेद माणुसकीची

मुंबईवरून वर्ध्याला निघालो... आरक्षणाचा डबा असूनही डब्यातली गर्दी काही विचारू नका. विदर्भ आणि मराठवाडा या दोन्ही भागांत रेल्वेनं प्रवास करायचा म्हणजे बऱ्याच असुविधांना सामोरं जावं लागतं. आरक्षण असूनही खूप त्रास होतो. अनेक वेळा या दोन्ही भागांत प्रवास करत असताना कुणाला तरी बसण्यासाठी जागा द्यावीच लागते. बरं, केवळ जागा देऊन भागत नाही, तर त्या व्यक्तीच्या मोठेपणाचे किस्सेही ऐकून घ्यावे लागतात... कधी कधी तर टीसी आपली जागा कुणाला तरी विकतो आणि हक्कानं आपल्या अर्ध्या जागेवर कब्जा करतो, असाही अनुभव येतो. असे खूप किस्से सांगता येतील. असो.

...तर, त्या दिवशी रेल्वेच्या डब्यात माझ्यासमोरच्या आसनावर खादीचे कपडे घातलेली एक महिला सात-आठ मुलांसह बसली होती.

दादर सुटलं तशी मुलांची चुळबुळ वाढायला लागली. कदाचित त्यांना भूक लागली असावी. कल्याणला चार मुलं गाडीत चढली. सर्व प्रवाशांच्या पायाखालची घाण आपल्या अंगावरच्या शर्टानं ती मुलं साफ करत होती. माझ्यासमोर बसलेल्या मुलांची आणि साफसफाई करणाऱ्या मुलांची नजरानजर झाली. त्यांनी एकमेकांना प्रेमानं मिठी मारली. दोन जिवलग खूप वर्षांनी भेटावेत, तशी ही कडकडून झालेली भेट. दुसऱ्या डब्यात असणाऱ्या आणखी काही मुलांना त्या सफाई करणाऱ्या मुलांनी बोलावून घेतलं. या सर्वांचा आनंदोत्सव सुरू झाला. मुलांच्या गप्पाटप्पांमध्ये इगतपुरी कधी आलं कळलंच नाही.

ही मुलं कोण आहेत ? यांना एकमेकांना भेटून एवढा आनंद का झाला ? सोबत असणाऱ्या महिलेची ओळख 'ही माझी आई' म्हणून सगळी मुलं आपल्या मित्रांना का करून देत होती ? यांसारखे अनेक प्रश्न मला पडले. साफसफाई करणारी ही सर्व मुलं मुंबईकडं परतण्यासाठी इगतपुरीला खाली उतरली. भरल्या डोळ्यांनी ती एकमेकांना निरोप देत होती. आता मला कळलं, की मुंबईहून गाडी निघाल्यावर या मुलांची चुळबुळ का वाढली होती ते. त्यांना मुंबईवरून बाहेर पडणं जरा अवघड जात होतं, म्हणून त्यांची चुळबुळ वाढली होती.

मला राहावलं नाही. मी समोर बसलेल्या महिलेला विचारलं, ''कोण होती ती मुलं ? आणि ही मुलं कोण आहेत ?''

भावुक झालेली ती महिला स्वत:ला काहीशी सावरत म्हणाली, ''ही मुलं आणि ती खाली उतरलेली मुलं एकेकाळी रेल्वेत भीक मागायची. मुंबईत अनेक ठिकाणी सामूहिक चोऱ्या करायची. मला एकदा ही मुलं अशीच रेल्वेत भेटली. त्यांना मी विश्वासात घेतलं. त्यांची ही अवस्था का झाली, याची सर्व कहाणी मी त्या मुलांकडून ऐकली. या मुलांचं जीवन सुधारावं, या उद्देशानं मी त्यांना माझ्या गावी वर्ध्याला घेऊन आले. सर्वप्रथम मला तिथं त्यांच्यावर माणुसकीचे संस्कार करावे लागले आणि पुन्हा शिक्षण...''

ती महिला जे काही सांगत होती, ते एखाद्या चित्रपटाच्या कथानकाप्रमाणे

होतं. ती महिला उच्चशिक्षित, स्वत: नोकरदार, पती शासकीय नोकरीत, वडील देवराव पुसाटे हे सधन शेतकरी, सासरी आणि माहेरी कशाचीही कमतरता नव्हती. दोन वर्षांपूर्वी प्रवास करताना या महिलेला भीक मागणारी काही मुलं दिसली. त्यांची दर्दभरी कहाणी तिनं जाणून घेतली... त्या मुलांशी बोलताना तिला खूप वाईट वाटलं. कुणीतरी विदर्भातून या मुलांना विकत घेऊन मुंबईत भीक मागायच्या कामाला लावलं होतं... हे सगळं ऐकून तिच्या मनात या मुलांविषयी कणव निर्माण झाली. तिनं मनाशी काही आराखडा तयार केला. तिनं मुंबईची नोकरी सोडली आणि परत आपल्या माहेरी आली, त्या सर्व मुलांना सोबत घेऊन. वर्ध्याला येऊन तिनं तिथं भटक्यांच्या मुलांसाठी वसतिगृह सुरू केलं. ती सांगत होती आणि मी ऐकत होतो...

या महिलेचं नाव मंगेशी पुसाटे-मून. रात्री उशिरापर्यंत आमच्या गप्पा झाल्या. मंगेशी यांची कहाणी ऐकल्यावर मीही त्या कहाणीचा एक भाग होऊन गेलो. झोपताना मंगेशी म्हणाल्या, ''दादा, उद्या चला आमच्याबरोबर, आम्ही काय काम करतो ते पाहण्यासाठी.''

मी म्हणालो, ''मी तुमच्या निमंत्रणाची वाटच पाहत होतो.''

या माझ्या उत्तराने त्यांच्या चेहऱ्यावर आनंद प्रकटला.

मी झोपण्याचा प्रयत्न करू लागलो; पण मन मात्र अजून जागंच होतं. ती मुलं एकमेकांपासून दूर जाताना त्यांच्या डोळ्यांत एकमेकांविषयी जे प्रेम

मंगेशी मून

मंगेशी मून आपल्या प्रकल्पावर अनेक उपक्रम राबवतात.

मला दिसलं, ते प्रेम हल्लीच्या टेक्नॉलॉजीच्या दुनियेत आम्ही पार विसरत चाललो आहोत. जिकडं पाहावं तिकडं मोबाईलमध्ये तोंड खुपसून प्रत्येक जण आपल्या एकट्याच्या जगात एकाकी जगतोय... झोपेची वाट पाहत माझ्या मनात असे विचार येत राहिले...

सकाळी गाडी वर्ध्याला थांबली. मंगेशी यांचा 'संकल्प प्रकल्प' ज्या छोट्याशा रोठा या गावात होता, ते गाव वर्ध्यापासून सात किलोमीटरवर आहे. विदर्भात जशी माणसं मनानं स्वच्छ आणि निर्मळ आहेत ना, तसाच निसर्गही स्वच्छतेची चादर पांघरल्यासारखा एकदम निखळ, निर्मळ. स्वच्छ निळं आकाश आणि कोवळ्या उन्हाचा लखलखता साज. वातावरणात लोणावळ्यासारखा गारठा होता. एकूणच, रमणीय सकाळ होती ती. गाडी थांबली. 'आई आली, आई आली', असं म्हणत सगळ्या मुलांनी मंगेशी यांना गराडा घातला... शांत स्वभावाच्या मंगेशी अत्यंत भावनिक आणि धैर्यवानसुद्धा. सहा दिवसांनी त्या मुलांना भेटत होत्या. छोटी मुलं त्यांना भेटून भावनिक झाली होती. मंगेशी यांनाही अश्रू आवरत नव्हते. हे डोळे पाणावणं आतून आलेलं होतं. मंगेशी आपल्या वडिलांच्या अतिशय लाडक्या. वडील त्यांचे सर्व लाड पुरवायचे. आपल्या मुलीनं अनाथ मुलांना सोबत घेण्याचं काम स्वीकारू नये, असं त्यांचं मत होतं. मात्र, मंगेशीच्या हट्टापुढं त्यांचं काही चाललं नाही. मग वडिलांनी कामासाठी मंगेशी यांना परवानगी तर दिलीच; शिवाय आपली अकरा एकर जमीनही या मुलांसाठीच्या प्रकल्पाकरिता दिली. आपल्या पश्चात मंगेशी यांना त्रास होऊ नये, या हेतूनं त्यांनी हे पाऊल उचललं होतं...

'ही पारधी समाजाची मुलं म्हणजे माणुसकीला कलंकच जणू' अशा दृष्टिकोनातूनच सुरुवातीला या मुलांकडं पाहिलं जात असे. मोबदला देऊ केला तरी कुणी मदतीला येत नसे. त्यामुळे सगळं काही मंगेशी यांनाच करावं लागत असे. वडील गेले तो दिवस मंगेशी यांच्यासाठी पोरकेपणाचा

पहिला दिवस होता. एकीकडं वडिलांच्या अंत्यसंस्कारांची घाई, तर दुसरीकडं मुलांच्या रोजच्या व्यवस्थेसाठीची लगबग. या दोन्ही प्रसंगांना मंगेशी अत्यंत हिमतीनं सामोऱ्या गेल्या. मुलांचं सर्व आटोपून त्या वडिलांच्या पार्थिवाला खांदा देण्यासाठी घरी गेल्या आणि पुढं स्मशानभूमीपर्यंतही गेल्या. रात्री झोपण्यासाठी आपल्या आईकडं अथवा कुटुंबीयांसमवेत न राहता मुलांसमवेत राहणं त्यांनी पसंत केलं. त्या रात्री मंगेशी यांना वडिलांच्या आठवणींनी अश्रू अनावर होत राहिले. सर्व मुलंही जागीच राहिली. अशा अनेक प्रसंगांतून मंगेशी आणि मुलं यांच्यातले ऋणानुबंध दृढ होत गेले.

मंगेशी यांच्याकडं असणारी जवळजवळ सगळी मुलं ही पारधी समाजाची. ही मुलं म्हणजे त्यांच्या आईंची अनौरस संतती. जन्मदात्रीकडून एक तर ही मुलं विकून टाकली जायची किंवा जन्मत:च त्यांचा त्याग केला जायचा. त्यानंतरच त्या 'आई'ला पुन्हा समाजात घेतलं जात असे. एकट्या वर्ध्यामध्ये अठ्ठावन्न ठिकाणी पारध्यांच्या वस्त्या आहेत. मराठवाड्यापाठोपाठ अख्ख्या विदर्भात उर्वरित अकरा जिल्ह्यांतही ही संख्या खूप मोठी आहे. या मुलांची मुंबईत होणारी तस्करी मंगेशी यांनी खूप जवळून पाहिली आणि त्यातून त्यांच्या मातृहृदयाला पान्हा फुटला... वडिलांच्या नंतर मंगेशी यांचे दोन्ही भाऊ – मिलिंद आणि मनीष– त्यांच्या पाठीशी खंबीरपणे उभे राहिले. त्यामुळे मंगेशी यांची चिंता जरा कमी झाली. मधल्या काळात मुलांच्या संगोपनात सर्व पुंजी संपली होती. मंगेशी यांनी आपले सर्व दागिने विकले. मुंबईत असलेलं घर गहाण ठेवलं आणि ममतेचं व्रत अखंडपणे पुढं चालूच ठेवलं. आता दर महिन्याला, दर वर्षी मुलांची संख्या वाढतच आहे. त्यांचा खर्च कसा भागवायचा, हा प्रश्न मंगेशी आणि त्यांच्या दोन्ही भावांसमोर आहेच आहे. कुणाकडं पैसे मागता येत नाहीत

अनेक कला शिकण्यात मुलं पुढे असतात, त्या शिकवण्यासाठी मंगेशी त्या मुलांच्या सोबत असतात.

आणि मुलांना उपाशीही ठेवता येत नाही, अशी परिस्थिती आहे. या परिस्थितीतून मार्ग काढण्यासाठी मंगेशी यांनी एक नामी शक्कल लढवली. जे अकरा एकर शेत त्यांच्या वडिलांनी त्यांना दिलं होतं, त्यातून फक्त दोन एकरांवर वसतिगृहासाठी त्यांनी काम केलं. बाकी नऊ एकर जमीन तशीच होती. त्या जमिनीतून मंगेशी यांनी सोनं पिकवायला सुरुवात केली. खाण्यासाठी लागणारं अन्नधान्य व भाजीपाला याच ठिकाणी पिकवला जाऊ लागला. विशेष म्हणजे, या प्रयोगामुळे वसतिगृहातल्या अनेक चिमुकल्यांना घामाचा अर्थ कळला... आजूबाजूला पडीक असणारी शेती शेतकरी नव्यानं कसू लागले. कारण, मंगेशी यांनी शेतात केलेल्या प्रयोगांतून या शेतकऱ्यांनाही प्रेरणा मिळत गेली. कुठलीही शासकीय मदत नाही, कुणाचा चार पैशांचा आधार नाही, की चांगलं काम करत असल्याबद्दलची कुणाकडून शाबासकी नाही. बळ फक्त एकाच आशेतून मिळायचं आणि ते म्हणजे चोरी करणाऱ्या, भीक मागणाऱ्या हातांमध्ये पाटी आणि पुस्तक दिसायचं. आजही इथली परिस्थिती 'मुलांना उद्या खाण्यासाठी काय द्यायचं,' अशीच आहे. मंगेशी यांच्या खूप मोठ्या कुटुंबाला आज तुम्हा–आम्हा सर्वांच्या हातभाराची गरज आहे.

मंगेशी म्हणाल्या, ''सुरुवातीच्या काळात तर आजूबाजूचे लोक खूप शिव्याशाप द्यायचे. 'ही चोरटी मुलं इकडं कशाला आणली? आमच्या मुलांवर काही परिणाम झाला तर त्याला जबाबदार कोण?' असंही ऐकून घ्यावं लागलं. मात्र, आता तेच लोक इथं काहीतरी चांगलं काम सुरू आहे, हे मान्य करू लागले आहेत. या मुलांची आयुष्यं उभी करणं आणि त्यांच्यावर संस्कार करणं हा मी घेतलेला वसा आहे. आता कुणाची मदत येवो अथवा न येवो, मी हा वसा सोडणार नाही.''

मंगेशी यांचं आणखी एक रूप मी पाहिलं. मंगेशी यांना पारध्यांच्या आणि भटक्यांच्या या मुलांविषयी खूप आस्था आहे, आत्मीयता आहे. ह्या मुलांच्या बाबतीत त्या खूपच हळव्या आहेत. मात्र, हाच हळवेपणा स्वत:च्या मुलांविषयी जातो कुठं, हा प्रश्न मला पडला. मंगेशी यांना दोन मुलं आहेत. मुलगा ऋतुज अकरावीत आहे आणि मुलगी ऋत्विजा आठवीत आहे. दोन्ही मुलं राजस्थानात शिक्षण घेत आहेत. ती सुटीत गावाकडं येतात, आईच्या कामाला हातभार लावतात आणि सुटी संपली, की राजस्थानला परत जातात.

मंगेशी कधीही या मुलांना भेटण्यासाठी राजस्थानला जात नाहीत. स्वत:च्या मुलांबाबत हा कसला निष्ठुरपणा, असाही प्रश्न माझ्या मनात होता... या प्रश्नांची उत्तरं मंगेशीच्या आई कमल पुसाटे यांनी दिली. त्या म्हणाल्या, ''हाती घेतलेल्या आपल्या कामावर परिणाम होऊ नये म्हणून मंगेशीनं तिची दोन्ही मुलं बाहेरच्या राज्यात ठेवली आहेत. ही मुलं घरी किंवा महाराष्ट्रात ठेवली असती, तर ती वारंवार भेटायला आली असती, म्हणून तिनं दोन्ही मुलं दूर राजस्थानात ठेवली आहेत...''

मंगेशी या अनाथ मुलांविषयी आपली आईची भूमिका पार पाडतात आणि मंगेशीच्या आई या मुलांच्या आजीची भूमिका पार पाडतात.

कुणाची मुलगी पळून गेली... कुणावर अन्याय अत्याचार झाले... कुणाच्या घरी चोरी झाली... अशा वेळी विदर्भातील आणि मराठवाड्याच्या काही भागांतल्या भटक्या जमातींतील पीडित लोक न्यायासाठी मंगेशी यांच्याकडं येतात. याचं कारण, ज्यांना न्याय हवा असतो त्यांची मुलं, तसेच त्यांच्या नातेवाइकांची मुलंही मंगेशी यांच्या 'संकल्प वसतिगृहा'त राहतात, त्यामुळे ते नि:संकोचपणे मंगेशी यांच्याकडं न्यायासाठी येतात. भटक्या समाजातल्या अनेकांचा पोलिसांकडून केवळ संशयापोटी छळ होण्याची उदाहरणं आहेत. त्यातून बालगुन्हेगारी वाढते. अशी अनेक प्रकरणं मंगेशी यांच्याकडून ऐकायला मिळाली. 'संकल्प वसतिगृहा'त कुटुंबासारखं वातावरण, गुरुकुलला लाजवेल अशी शिस्त आहे. या 'संकल्प'सारखंच वातावरण घराघरांत, शाळा-शाळांमध्ये असतं तर किती चांगलं झालं असतं!

घामाचा अर्थ आणि ममतेचे संस्कार ही मुलांसाठी आयुष्यभराची शिदोरी असते. आयुष्यभरासाठी ही शिदोरी बांधून देणारी उत्तम जागा पाहायची असेल, तर एकदा रोठ्याला भेट द्यायलाच पाहिजे.

लेकीसाठीचं कर्तव्य

सातारा जिल्ह्यातली एक बातमी वाचत होतो. ग्रामीण भागातल्या मुलींच्या वडिलांची जी मानसिकता असते, तिच्याविषयी बातमीत खूप विस्तारानं लिहिलेलं होतं. मुलींना शिकवण्याबद्दलची वडिलांची मानसिकता अजूनही बदललेली नाही, अशा आशयाची ती बातमी होती आणि त्याच बातमीत प्रा. डॉ. सविता गिरे पाटील (संपर्क क्रमांक : ७२४–९१५५४५८) यांच्या 'लेक शाळेत पाठवा' या मोहिमेविषयीचा ठळक उल्लेख होता. त्याच बातमीत काही बोलक्या प्रतिक्रियाही होत्या. आपली मुलगी शिकली पाहिजे, तरच तिची आणि येणाऱ्या पिढीची प्रगती होऊ शकेल, हे मुलींच्या वडिलांना जाणवलं असल्याचं त्या प्रतिक्रियांवरून वाटत होतं. बातमीच्या खोलात शिरलो तेव्हा कळलं, की ही चळवळ फक्त आपल्या राज्यासाठी नव्हे; तर

देशासाठीही खूप गरजेची आहे आणि हे कामही त्याच गतीनं सुरू आहे. आपल्या राज्यापुरता विचार केला, तर गावकुसात राहणाऱ्या मुलींच्या शिक्षणाविषयी त्यांच्या वडिलांची मानसिकता 'आपल्या कन्येला शिकवावं' अशी अजिबात नाही. सविता यांनी राज्यभर केलेल्या कामाविषयीही त्या बातमीत विस्तृतपणे लिहिण्यात आलं होतं. या कामाविषयीची माझी उत्सुकता आता अधिक वाढली होती. सविता या माझ्यासाठी अनोळखी नव्हत्याच. शिक्षण क्षेत्रातल्या आणि साहित्य क्षेत्रातल्या त्यांच्या कामाविषयी मला सखोल माहिती होती.

एके दिवशी साताऱ्याला जाणाऱ्या बसमध्ये बसलो आणि साताऱ्याजवळच्या वडूजला पोचलो. हा भाग तसा बऱ्यापैकी मागासलेला म्हणावा लागेल. म्हणायला पश्चिम महाराष्ट्र; पण मोठ्या अडचणींचा सामना या भागातल्या लोकांना करावा लागतो. पाणी, आरोग्य, शिक्षण हे प्रश्न इथं जरा गंभीरच होते. दादासाहेब जोतीराम गोडसे म्हणजे या भागात सर्वांना परिचित असणारे अण्णा. त्यांनी या पंचक्रोशीत शिक्षणासाठी पुढाकार घेतला नसता, तर इथलं शैक्षणिक वातावरण चिंताजनक राहिलं असतं. अण्णांनी या भागात शिक्षणाचा आधारवड उभा केला आहे. त्याचा परिणाम इथल्या शिक्षणपद्धतीवर नक्कीच झाला आहे. ग्रामीण भागातून येणाऱ्या मुलींची संख्या या भागात तशी फार कमी होती; पण हल्ली ही संख्या खूप वाढली आहे आणि परिणामी,

प्रा. डॉ. सविता गिरे पाटील

मुलगा आणि मुलगी या दोघांची समान आकडेवारी आता पुढं आली आहे. गेल्या चार-पाच वर्षांत या भागात मुलींच्या शिक्षणासंदर्भातली परिस्थिती काही वेगळी होती का? हा जो बदल झाला, त्याची कारणं काय आहेत? या प्रश्नांचा शोध घेण्यासाठी मी वडूजला गेलो होतो.

सविता आणि त्यांच्या टीमला भेटलो, तेव्हा माझ्या लक्षात आलं, की या सगळ्या बदलांमागं या सर्वांनी उभी केलेली चळवळ आहे. वडूज परिसरातल्या वाकेश्वर, नाईकांची वाडी, गणेशवाडी, मांडवी अशा एकाच रस्त्यावर असणाऱ्या काही गावांना आम्ही भेट दिली. अनेक मुलींचे वडील आम्हाला या गावांत भेटले. एक-दोन पालकांशी मी आवर्जून बोललो.

महाराष्ट्रात मुलींचं शिक्षण वाढवायचं असेल तर मुलींचं नव्हे, तर मुलींच्या वडिलांचं समुपदेशन करावं लागेल, त्यांना 'मुलगा-मुलगी समानता' शिकवावी लागेल, असं माझ्या लक्षात आलं. याच प्रवासात तुकाराम साळवे नावाच्या पालकांनी मला दिलेली प्रतिक्रिया खूपच महत्त्वाची वाटली. ते म्हणाले, ''आम्ही अज्ञानी होतो म्हणून मुली अज्ञानी आहेत. आम्हाला कुणीतरी सांगितलं, तेव्हा आमचे डोळे उघडले आणि आता आमच्या मुली काळाच्या पुढं पाऊल टाकत आहेत.''

आपली कैफियत मांडणाऱ्या या तुकाराम यांना सहा मुली!

ते पुढं म्हणाले, ''दिवसभर रोज-मजुरी करायची आणि संध्याकाळी त्याच मजुरीवर आपल्या कुटुंबासाठी चूल पेटवायची. दोन मुलींची लग्नं तेराव्या वर्षीच झाली. दोन मुली आमच्यासोबत कष्टाचं काम करायच्या आणि दोन मुली घरीच असायच्या. सविताबाईंचा गावात एक कार्यक्रम झाला. 'तुमची मुलगी शिकली पाहिजे आणि तुमच्या घरातल्या प्रत्येक मुलीला शाळेत पाठवावं,' असा त्या कार्यक्रमाचा सांगावा होता. आम्ही सगळ्यांनी कार्यक्रम ऐकला. 'मुलींना शिकवलं पाहिजे,' असा निदान विचार तरी आम्ही त्या कार्यक्रमानंतर करू लागलो. सविताबाई परत पुढच्या रविवारीही आल्या. सोबत गावातल्या शाळेतल्या गुरुजींनाही घेऊन आल्या. गुरुजींनी विनंती केली, 'तुमच्या मुलींना शाळेत पाठवा. मी मदत करतो.' मी सरळ नकार दिला. माझ्या मुलींना शाळेत पाठवून मी खायचं काय? माझ्या घरकामात मदत कोण करील आणि शिकून मुली करणार तरी काय? असे अनेक प्रश्न

प्रा. डॉ. सविता गिरे पाटील अनेक गावांत जातात आणि आपल्या उपक्रमाविषयी माहिती देतात.

मी त्यांना दुसऱ्या भेटीत केले होते. आमच्या गावातल्या अनेक मुलींना शाळेपर्यंत नेण्यास सविताबाईंना तिसऱ्या भेटीत चांगलं यश आलं. जाता जाता सविताबाई माझ्या घरी आल्या. माझा हात हातात घेऊन म्हणाल्या, 'तुमच्या या मुली मुलांपेक्षा काही कमी नाहीत. त्यांना थोडंसं समजून घ्या. थोडी तुमची मानसिकताही बदला. मला तुमची सातवी मुलगी समजा आणि माझं ऐका... मी तुम्हाला सगळी मदत करायला तयार आहे. फक्त तुम्ही मुलींना एकदा शाळेत पाठवा.'

आम्ही पती–पत्नीनं पूर्वी पाहिलेलं स्वप्न सविताबाईंच्या बोलण्यानंतर मला पुन्हा आठवलं. ते स्वप्न होतं 'मुलगा असावा' या हट्टाचं. मुलगा होईल या आशेनं माझ्या बायकोनं सहा मुलींना जन्म दिला. सहाव्या बाळंतपणात बायको गेली आणि आईचं अन् वडिलांचं असं दोघांचंही काम माझ्यावर पडलं. तरीही मुलाबद्दलचं तिचं स्वप्न मला आठवतच होतं. कारण, 'वंशाला दिवा' मिळाला पाहिजे, हे माझ्या आईचं वाक्य सतत आजही माझ्या कानात घुमत असतं. मात्र, सविताबाई आल्या आणि मला जागं करून गेल्या. 'तुमच्या मुली मुलांपेक्षा कमी नाहीत,' या वाक्यानं मी जागा झालो. सविताबाईंचं ते वाक्य मला सतत आठवत राहिलं. दोन–चार दिवस खूप विचार करून मी

माझ्या मुलींना शाळेत पाठवलं. आता दोन्ही मुली सातवीत आहेत. त्या चांगल्या शिकतील, चांगलं नाव कमावतील याची मला खात्री आहे.''

हे काम एका 'तुकारामां'पुरतं मर्यादित नव्हतं. महाराष्ट्रातल्या जवळजवळ सर्वच जिल्ह्यांत अशी अनेक गावं आणि अनेक 'तुकाराम' आहेत, ज्यांना आपल्या मुलींनी शाळेची पायरी चढण्याबाबतचा निर्णय घ्यायचा होता. सविताबाईंनी आपल्या या उपक्रमांतर्गत एक महत्त्वाचं काम केलं आहे व ते म्हणजे, राज्याच्या ज्या ज्या भागांत आपल्या मैत्रिणी आहेत, त्यांना त्यांना आपल्या नेटवर्कच्या माध्यमातून त्यांनी जोडलं. त्यांच्या बैठका घेतल्या. त्यांना प्रशिक्षण दिलं. गावपातळीवर जाऊन अनेक वडिलांना एकत्र करून त्यांच्या समुपदेशन-कार्यशाळा आयोजिल्या. परिणामी, छोट्या कामातून खूप मोठं काम उभं राहिलं. अगोदर एक घर, मग एक गाव आणि नंतर साडेचारशे गावं, असा विस्तार करत करत या छोट्या कामानं गेल्या सात-आठ वर्षांत वेगळं रूप धारण केलं.

ही सगळी चळवळ उभी करत असताना सविता आणि त्यांच्या टीमनं दोन गोष्टींची काळजी घेतल्याचं पाहायला मिळालं. पहिली गोष्ट अशी, की कुठल्याही माध्यमात आपली बातमी प्रसिद्ध होणार नाही याची काळजी त्यांनी घेतली आणि दुसरी म्हणजे, एखाद्याची आर्थिक मदत स्वत: न स्वीकारता मुलीच्या कुटुंबाला ती मदत थेट मिळेल, असं त्यांनी पाहिलं. म्हणजेच आर्थिक मदत त्यांनी थेट गरजूंपर्यंत पोचवली. त्यांनी सुरू केलेल्या कामाला या दोन गोष्टींमुळे एक वेगळी उंची मिळाली आणि त्यांचं काम 'जमिनीवर'ही राहिलं. याच भागात असणारे संतोष कारपे नावाचे शिक्षक भेटले. कारपे म्हणाले, ''गावातली मुलं शाळेत आणताना आम्हाला अनेक संकटांना सामोरं जावं लागतं. शाळेत मुली न पाठवण्यामागं अनेक कारणं आहेत. त्यातलं सर्वांत महत्त्वाचं कारण म्हणजे, 'आपल्या जातीत मुली शिकत नाहीत' हा समज! दुसरं कारण म्हणजे, आई-वडील कामाला गेल्यावर घर सांभाळायला कुणी नसतं. काही घरी लहान भावंड सांभाळायचं असतं. तिसरं महत्त्वाचं कारण म्हणजे आर्थिक अडचण! आज अनेक भागांत मुलं सात-आठ वर्षांची झाली, की चार पैसे मिळावेत म्हणून त्यांचे आई-वडील त्यांना कामाला जुंपतात. मुलींना शाळेत न पाठवण्यामागं अशी खूप कारणं

आहेत. एकाच शिक्षकाला अनेक गावांत आपल्या शाळेसाठी किल्ला लढवावा लागतो. त्यात पालकांच्या घरी जाऊन समजावणं, त्यांच्याशी भावनिक बंध निर्माण करणं, त्यांना आर्थिक मदत करणं इत्यादी.''

हे एवढं सगळं प्रत्येक शिक्षक करू शकेलच असं नाही. कारपे जे सांगत होते, त्यापेक्षा वेगळी परिस्थिती आमच्या ग्रामीण भागात अजिबात नाही. कारण, आमचं ग्रामीण भागातलं शैक्षणिक वातावरण इतकं मागासलेलं आहे की त्याचा विचारच न केलेला बरा. गावातलं राजकारण, जातीय समीकरणं, सरकारी धोरणं हे सगळं पाहून कुठल्या तरी एखाद्या गरिबाची मुलगी शाळेपर्यंत यावी यासाठी प्रामाणिकपणे प्रयत्न करायला कुणालाही वेळच नाही! प्रत्येक गावात सविता, त्यांच्या मैत्रिणी, त्यांचा ग्रुप पोचेलही कदाचित; पण त्या प्रत्येक शेवटच्या मुलीपर्यंत तो पोचेल की नाही अशी शंका एकीकडं वाटत असली, तरी सविता यांच्या चळवळीलाच ते शक्य आहे, असंही दुसरीकडं वाटत राहतं. आपल्या राज्यात एवढा मोठा प्रयोग होतोय आणि त्याचे एवढे सकारात्मक परिणाम दिसत आहेत, तर तो प्रयोग आपला मानून तो शासकीय पातळीवर का राबवला जात नव्हता, असा साधा प्रश्न मला पडला होता. तसे प्रश्न माझ्या मनात खूप होते. त्या प्रश्नांची उत्तरं मला सविता यांच्याबरोबरच्या प्रवासादरम्यान मिळत गेली. या चळवळीचं श्रेय कुणाला द्यायचं, असा प्रश्न मला पडला होता. सविता यांना शिकवून मोठं केलेल्या त्यांच्या वडिलांना द्यायचं, की सविता यांना प्रोत्साहित करणाऱ्या त्यांच्या यजमानांना द्यायचं अथवा सविता यांना या चळवळीसाठी सतत प्रोत्साहन देणाऱ्या त्यांच्या सासरच्या आणि माहेरच्या मंडळींना द्यायचं किंवा सविता यांना सतत मदत करणाऱ्या त्यांच्या मैत्रिणी–कार्यकर्त्यांना आणि विद्यार्थिनींना द्यायचं? या चळवळीला कितीतरी पैलू आहेत. या चळवळीला आधार द्यायचं काम या सगळ्यांनी केलं आहे.

सविता यांच्या आतापर्यंतच्या सगळ्या प्रवासात एक अशी 'स्टोरी' होती, ज्या स्टोरीनं त्या प्रभावित झाल्या आणि त्या स्टोरीमुळं त्यांना एवढं मोठं काम करण्याचं बळ मिळालं. सविता यांच्यापुढं आदर्श होता तो त्यांच्या वडिलांचा. गावात सगळ्यांचा विरोध असतानाही वडिलांनी सविता यांना शाळेत पाठवलं. शिकवलं. मोठं केलं आणि तिथूनच 'लेक शाळेत पाठवा'

ही चळवळ सुरू झाली. सविता यांच्या डायऱ्या आणि एकूण काम मी बारकाईनं पाहिलं. महाराष्ट्रातल्या प्रत्येक जिल्ह्यात आणि तालुक्यात सविता यांनी त्यांचं नेटवर्क उभारलं आहे. सविता यांच्या सगळ्या मैत्रिणी या स्वयंसेविका म्हणून काम करतात. एकीच्या प्रयत्नांतून किमान दहा मुलींनी तरी शाळेची पायरी चढली पाहिजे, हा एकच त्यांचा उद्देश. या सगळ्या स्वयंसेविकांची संख्या महाराष्ट्रभर दीड हजारांच्या आसपास आहे. त्या सगळ्या जणी चळवळ म्हणून या कामाकडं पाहतात. या सात–आठ वर्षांच्या कालावधीत प्रत्येकीने किमान पन्नासहून अधिक मुलींना शाळेपर्यंत पोचवलं असणार. हा एकूण आकडा पाहिला तर तो आणखी किती मोठा होईल, या विचारात मी पडलो. त्याच्या अधिक खोलात न जाता हे काम अजून पुढं कसं जाईल याचा विचार मी करत राहिलो. कडीला कडी जोडली गेली तर मोठी साखळी निर्माण होते; मग या साखळीचा सुरक्षेच्या दृष्टीनं वापर केला तर चांगला उपयोग होऊ शकतो, तसंच काहीसं सविता यांच्या चळवळीचं आहे. सविता यांनी शिक्षणासाठी आर्थिक आधार दिलेली ज्योती पाटील आता मोठी अधिकारी होणार आहे. तिच्या पर्समध्ये आई–वडिलांसोबतच सविताचाही फोटो पाहून मी अवाक् झालो. सविताची ही विद्यार्थिनी, तुकाराम हे वडील आणि संतोष हे शिक्षक ही या साखळीशी जोडली गेलेली एकेक कडी आहे... अशा अनेकांना मी भेटत गेलो आणि त्यांना दिलखुलासपणे या चळवळीबद्दल विचारत गेलो.

कुणाच्याही आर्थिक मदतीशिवाय आणि शासकीय आधाराशिवाय एखादी लोकहिताची चळवळ राबवायची असेल तर ते एक कठीण काम आहे; पण सविता यांच्या चळवळीनं हे करून दाखवलं. या चळवळीला राज्याच्या प्रत्येक उच्चशिक्षिताचा आधार मिळाला पाहिजे, असं वाटतं. मुलींच्या जन्मदरात वाढ होणं, मुली शिक्षित होणं आणि पुढची येणारी पिढी घडणं हे सगळं एका मानसिकतेतील बदलामुळे घडणार आहे. तुम्ही–आम्ही सर्व जण मिळून या बदलासाठी थोडासा जरी हातभार लावला तरी हा बदल कुणा एकाच्या मानसिकतेचा राहणार नाही; तर राज्याच्या भविष्याचा होईल. तेव्हा, आपणही या चळवळीचा भाग होऊया!

नापास मुलांची बाई

मुलांची शिक्षणातली रुची वाढावी आणि शिक्षकवर्गालाही शिकवण्याची आवड निर्माण व्हावी, यासाठी मुंबई आणि परिसरातल्या चारशेहून अधिक शाळांमध्ये एक अभिनव उपक्रम राबवला जात आहे. 'रोजनिशी' हा त्या उपक्रमातला मुख्य भाग. शिक्षणपद्धती सुधारावी यासाठी राबवल्या जात असलेल्या या उपक्रमाविषयी...

भिवंडीला एका कार्यक्रमानिमित्त गेलो होतो. आमच्या मराठवाडा मित्रमंडळातले पदाधिकारी प्रा. राम भिसे यांनी एक कार्यक्रम आयोजिला होता. मुंबई आणि परिसरात काम करणारे मराठवाड्यातले सगळे शिक्षक आणि प्राध्यापक या कार्यक्रमाच्या निमित्तानं एकत्रित जमले होते. काम करत असताना आलेले अनुभव, किस्से या कार्यक्रमाच्या निमित्तानं प्रत्येकानं शेअर केले. त्यांच्या कामाच्या ठिकाणचं वातावरण यानिमित्तानं डोळ्यांसमोर येत होतं. शिक्षक आणि प्राध्यापक यांचं प्रचंड शोषण या भागातले संस्थाचालक करत असल्याचंही अनेकांच्या बोलण्यातून जाणवलं. हा शोषणाचा प्रकार केवळ ग्रामीण महाराष्ट्रातच चालतो असं मला वाटलं होतं; पण मुंबईतही असे खूप प्रकार आहेत हे ऐकून मी चक्रावलो.

भिवंडीतल्या एका शाळेतले शिक्षक संतोष पवार यांनी त्यांचा अनुभव सांगितला. ते म्हणाले, ''मुलांना शिकवण्याबद्दलची माझी मानसिकता जवळजवळ संपून गेली होती. कारण, मुलांना शिकण्यात आणि आम्हाला त्यांना शिकवण्यात रुचीच वाटत नव्हती, असं मला जाणवत होतं.

मग शाळेत जायचं आणि सरकारी काम आटोपून घरी यायचं एवढाच काय तो दिनक्रम असायचा. त्यात दोन वर्षं गेली. या दोन वर्षांत काहीतरी चांगलं काम घडावं असं काही झालेलं नाही. एके दिवशी आमच्या शाळेत शिल्पा खेर नावाच्या बाई आल्या. 'मुलांची शिक्षणात रुची वाढावी आणि शिक्षकालाही शिकवण्यात आवड, रुची निर्माण व्हावी यासाठी मी वेगळं काम करते,' असं त्या बाईंनी सांगितलं. ठरल्यानुसार आम्ही त्यांचा कार्यक्रम शाळेत ठेवला. त्यांनी आपल्या एक तासाच्या सेशनमध्ये मुलांची मनं जिंकली. मुलं केवळ खुललीच नाहीत, तर बोललीसुद्धा. जी लाजरी-बुजरी होती त्यांनीही प्रश्नांची उत्तरं देण्यासाठी हात वर केले. शिल्पाबाईंची शिकवण्याची शैली पाहून आम्ही सगळे शिक्षक अवाक् झालो.

या बाई ही किमया करू शकतात, तर आम्ही का करू शकणार नाही, असा प्रश्न माझ्यासह सगळ्यांना पडला. शिक्षणाच्या माध्यमातून काहीतरी घ्यावं, काहीतरी नवीन करावं, हा उत्साह त्या दिवसापासून ते आजपर्यंत सगळ्या मुलांमध्ये आणि सगळ्या शिक्षकांमध्ये कायम आहे. आज त्या घटनेला दोन वर्षं होऊन गेली. ही आमची एकच शाळा नाही, तर मुंबईतल्या अशा असंख्य शाळांवर शिल्पाबाईंनी जादूची कांडी फिरवली आहे.''

या शिल्पा खेर कोण, समाज घडवण्याचं काम त्या कुठल्या ऊर्मीतून करत आहेत? कुठून आली त्यांना ही ऊर्जा? हे व्रत त्यांनी का स्वीकारलं

असेल ? असे अनेक प्रश्न माझ्या मनात घर करून बसले. कार्यक्रम संपल्यावर आम्ही पवारांच्या शाळेत गेलो. भिवंडीतल्या मुस्लिम वस्तीतली ती शाळा. अत्यंत मागासलेली; पण अतिशय शिस्तबद्ध.

शिल्पाबाईंनी 'रोजनिशी'च्या माध्यमातून घालून दिलेली चौकट मुलांनी आनंदानं आत्मसात केली होती. या शाळेनंतर मी पवार यांच्यासोबत 'शिवाई', 'केणी', 'ज्ञानवर्धिनी, 'चारकोप', 'सुधागड एज्युकेशन' अशा अनेक शाळांमध्ये गेलो. तिथल्या शाळांची पाहणी केली. सगळ्या गोरगरीब मुलांच्या शाळा या संस्कारित परिपाठामुळे आज 'मुलांच्या आवडत्या शाळा' म्हणून प्रसिद्ध आहेत. खूप नावलौकिक मिळवलाय या शाळांनी.

संस्था आणि सरकारी धोरण यांच्या पलीकडं जाऊन शाळेला एक वेगळ्या संस्कारांच्या 'छडी'ची गरज असते. ही 'छडी' शिल्पाबाईंच्या 'भाग्यश्री फाउंडेशन'नं वापरल्याचं पाहायला मिळालं.

पवार यांच्या शाळेतल्या प्रमोद सातपुते या सातवीतल्या विद्यार्थ्यानं मला सेवा दलाची गाणी म्हणून दाखवली. महात्मा गांधी कसे आहेत, हेही त्यानं मला त्याच्या स्टाइलमध्ये समजावून सांगितलं.

'खेरबाईंच्या रोजनिशीच्या उपक्रमातून मला हे सगळं जमलं,' असं प्रमोद म्हणाला.

हा उपक्रम शिल्पाबाईंनी ज्या ज्या शाळांमध्ये सुरू केला, त्या त्या

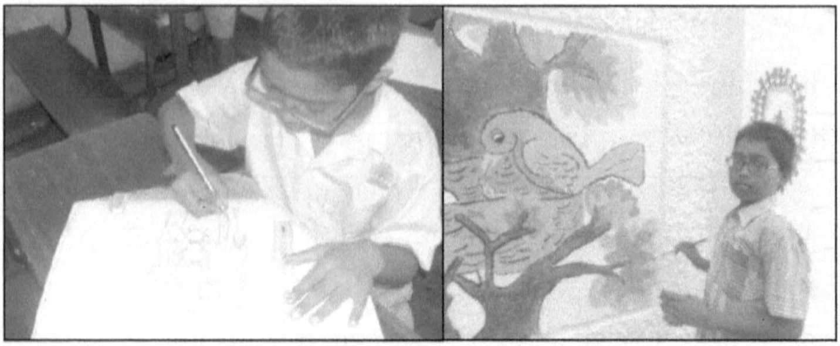

अनेक उपक्रमांत मुलं सहभागी होतात.

शाळांमधल्या मुलांचा आत्मविश्वास खूप वाढल्याचं मला जाणवलं. मला अनेक प्रश्नांची उत्तरं हवी होती आणि शिल्पाबाईंकडूनच ती मिळणार होती. त्यांचा पत्ता, फोन नंबर पवार यांच्याकडून घेतला.

एके दिवशी वेळ काढून त्यांच्या ठाणे इथल्या घरी जाण्यासाठी मी निघालो. माझा मुलगा अथर्व याला ठाण्याला एका दवाखान्यात तपासणीसाठी घेऊन जायचं होतं. ती तपासणी झाल्यावर शिल्पाबाईंचं घर शोधलं. त्यांच्या घरी आमच्या भरपूर गप्पा झाल्या.

शिल्पाबाई अत्यंत श्रीमंत घरच्या. आपल्या गावातलं आणि परिसरातलं शिक्षणातलं दारिद्र्य त्यांनी जवळून पाहिलं होतं. या दारिद्र्यामुळे पिढ्याच्या पिढ्या बरबाद झाल्या, त्यामुळे हे दारिद्र्य पुढं वाढू नये यासाठी पावलं उचलणारी यंत्रणा आपल्याकडं कुठंच नाही, हे लक्षात घेऊन त्यांनी विवाहानंतर दोन वर्षांनी 'भाग्यश्री फाउंडेशन' नावाचा ग्रुप स्थापन केला. त्या ग्रुपच्या माध्यमातून त्यांनी मुंबईसह आसपासच्या उपनगरांमधल्या अनेक शाळांमध्ये 'रोजनिशी' हा उपक्रम राबवला. या रोजनिशीच्या माध्यमातून त्यांनी दिलेले संस्कारांचे धडे मी भेट दिलेल्या अनेक शाळांमध्ये अनुभवले. खेर यांच्या फाउंडेशनमध्ये जे २० लोक काम करतात, त्यांचा खर्च उचलण्यापासून ते ज्या ज्या शाळांमध्ये हे उपक्रम चालतात, त्या त्या सगळ्या शाळांमध्ये साहित्यवाटप, पुस्तकवाटप करण्यासाठी लागणारा खर्च, हे सगळं करण्यासाठी शिल्पाबाईंनी मोठी आर्थिक झळ सोसली.

आपण का शिकायचं, हे शिल्पाबाईंच्या या उपक्रमाद्वारे हजारो मुलांना स्पष्टपणे कळलं आहे.

एका शाळेत जायचं, त्या शाळेला नियोजन द्यायचं, त्यानंतर दुसरी शाळा आणि मग पुन्हा काही दिवसांनी परत आधीच्या शाळेत होत असलेल्या कामाचा आढावा, असं करत करत संपूर्ण मुंबई आणि परिसरातल्या ४०० हून अधिक शाळांमध्ये हा उपक्रम सुरू आहे. आपण का शिकायचं, शिकण्याचा अर्थ काय आणि शिक्षणातून काय आत्मसात करायचं, असा रोजनिशीचा उपक्रम थोडक्यात सांगता येईल. तशी रोजनिशीची नियमावली लांबलचकच. एकूण काय, तर जी मुलं अत्यंत 'ढ' होती, 'ढकलपास' म्हणून पुढच्या वर्गात जात होती, 'नापास' हा शिक्का ज्यांच्यावर बसलेला होता, अशा सगळ्या नापासांची बाई म्हणून शिल्पा खेर यांचं या भागातल्या अनेक शाळांमध्ये नाव घेतलं जायचं. आपण आजवर 'नापास मुलांची गोष्ट' ऐकली आहे, त्या प्रत्येक मोठ्या व्यक्तिमत्त्वातला एक हीरो खूप काळानंतर आपल्याला त्या गोष्टीच्या माध्यमातून दिसला आहे; पण त्या सगळ्या नापासवीरांना त्या काळात कुणीही वाली नव्हतं. कुठल्याही 'शिल्पा खेर' त्यांच्यासाठी धावून आल्या नव्हत्या. आता मात्र या नापासांसाठी तसं घडतंय हे खरं!

शिल्पाबाईंशी बोलत असताना मला एक फोन आला, म्हणून थोड्या वेळासाठी मी बाहेर गेलो आणि फोन झाल्यावर आतमध्ये परत आलो आणि पाहतो तर काय, माझा मुलगा अथर्व आणि शिल्पाबाईंची जोरदार गट्टी जमली होती.

त्या म्हणाल्या, ''तुम्ही बसा थोडा वेळ बाजूला. मी बोलते अथर्वशी.''

त्या दोघांचा संवाद सुरू झाला.

'गीत गा रहे है हम', 'तेरी मिट्टी में मै मर जावां', 'तू कितनी अच्छी है' अशी अनेक गाणी अथर्वनं त्यांना म्हणून दाखवली. लाजरा-बुजरा आणि कितीही आग्रह केला, तरी भाव खाणारा अथर्व इतकी गाणी एकापाठोपाठ अगदी उत्साहानं का गात होता, याचं कारण शोधण्याची गरज मला पडलीच नाही.

शिल्पाबाई म्हणाल्या, ''मला माझ्या फाउंडेशनचं नाव मोठं करायचं नाही, की सरकारकडून एक रुपयाचं अनुदानही घ्यायचं नाही. मला माझंही नाव मोठं करायचं नाही. चार मुलं माझ्या या चळवळीमुळे घडली पाहिजेत, त्या मुलांवर चांगले संस्कार झाले पाहिजेत, त्यांना शिक्षणाची गोडी लागली पाहिजे, एवढाच माझा उद्देश आहे. मी आणि माझे पती डॉ. जितेंद्र खेर यांनी

सुरू केलेला हा उपक्रम केवळ मुंबईपुरताच मर्यादित न राहता, राज्यातल्या कोनाकोपऱ्यात असणाऱ्या शाळांमध्ये जाऊन ती एक चळवळ झाली पाहिजे, असं मला वाटतं. जवळ असलेल्या काही शाळांमध्ये शिल्पाबाई मला घेऊन गेल्या. अत्यंत मागासलेल्या आणि वाईट अवस्थेत असलेल्या शाळांमधली ही मुलं कमालीची तयार झालेली पाहायला मिळली. मी अनेक मुलांशी, शिक्षकांशी बोललो. 'आम्हाला आता शिक्षणाची गोडी लागली आहे. मी 'रोजनिशी' नियमित फॉलो करतोय...' असाच सगळ्यांच्या बोलण्यातला आशय होता.

शिक्षणाची गोडी लागावी असं काहीच शासनस्तरावर राबवल्या जात असलेल्या कुठल्याही उपक्रमात नसतं, याचे अनेक नमुने मी या शाळाभेटींदरम्यान पाहत होतो. शिल्पाबाईंनी या शाळांना केवळ दिशा देण्याचंच काम केलं नाही, तर येणाऱ्या पिढ्यांचा पाया भक्कम करण्याचं काम आपल्या संपूर्ण टीमच्या माध्यमातून केलं आहे.

'फिल्डवर जाऊन शहानिशा केल्याशिवाय कुठल्याही गोष्टीवर शिक्कामोर्तब करू नये', या भूमिकेनुसार शहानिशा करण्याचं काम मी करत असतो. त्यानुसार, शिल्पाबाईंच्या या चळवळीत मला महाराष्ट्रामधल्या चांगल्या

शिल्पा खेर यांनी अनेक गावांत जाऊन गरजू मुलांना मदत केली आहे.

शिक्षणपद्धतीची बीजं आढळून आली. हा उपक्रम महाराष्ट्रामध्ये कसा राबवला जाणार आहे, याचा आलेखही शिल्पाबाईंनी मला दाखवला. मुंबईतल्या शाळांमध्ये हे घडून आलं. महाराष्ट्रातल्या हजारो शाळांमध्ये हे घडलं तर त्याचा फायदा येणाऱ्या पिढ्यांना नक्कीच होईल.

आपल्या राज्यातली शिक्षणव्यवस्था किती निष्प्राण होऊन बसली आहे, याचे अनेक दाखले मी या शाळाभेटींदरम्यान अनुभवले आहेत. ही शिक्षणव्यवस्था इतकी कुचकामी का झाली आहे, या प्रश्नाचं उत्तर मी शोधत होतो.

शिक्षणव्यवस्था सुधारण्यासाठी गोविंद नांदेडे, श्रीकर परदेशी यांनी उचललेली पावलं आणि त्यांनी त्यावर केलेली प्रचंड मेहनत माझ्या डोळ्यांसमोर येत होती. आता अशी माणसं शिल्लक नाहीत का, हाही प्रश्न मला पडत होता.

शिक्षणपद्धती सुधारावी यासाठी शिल्पा खेर यांनी सुरू केलेली ही चळवळ मुंबईसारखी राज्यभरात कितपत यशस्वी होईल माहीत नाही; पण त्यांनी निःस्वार्थीपणे उचललेलं हे पाऊल धाडसाचं आहे, हे निःसंशय!

मास्तर आणि मास्तरीणबाई

पावसाअभावी अमरावतीमधला उकाडा त्या दिवशीही कायम होता. इथं पाऊस म्हणावा तसा अजूनही पडलेला नाही. ऑफिसची कामं आटोपल्यावर मी वाशिमला निघालो होतो. शिक्षणाच्या बाबतीत समृद्ध असलेलं अमरावती आज निसर्गाच्या कोपामुळे अडचणीत सापडल्याचं चित्र अनेकांच्या बोलण्यातून मला जाणवत होतं. रस्त्यानं जात असताना नितीन गडकरी यांचं 'दूरदृष्टी व्हिजन' दर दोन किलोमीटरवर जाणवत होतं. महाराष्ट्रात मी खूप ठिकाणी फिरलो; मात्र इथले रस्ते अत्यंत 'स्मूथ'पणे साथ देत होते अन् हा अनुभव पहिल्यांदाच येत होता. नाहीतर मराठवाडा आणि विदर्भ रस्त्यांच्या बाबतीत पश्चिम महाराष्ट्राच्या तुलनेत २५ वर्षांनी तरी मागं आहेत, हे काही नव्यानं सांगायला नको! अमरावती ते वाशिम हा रस्ता

कापत असताना मला आजूबाजूचं – निसर्गानं शाप दिलेलं – चित्र पाहून खूप वाईट वाटत होतं. डोक्याला हात लावून बसलेला शेतकरी स्वत:ला फासावर का लटकवून घेतो याचं कारण, मान टाकलेल्या पिकाकडं पाहिलं, तर सहज लक्षात येत होतं. कारंजाजवळून गाडी धीम्या गतीनं घ्यायला ड्रायव्हरला सांगितलं. निसर्गाचं अनोखं रूप या भागात दिसत होतं. रस्त्याच्या आजूबाजूला नेत्रसुखद हिरवळ आणि त्या हिरवळीवरून लहान मुलं अनवाणी पायांनी शाळेकडं निघाली होती...

थोडंसं पुढं गेल्यावर एका झाडाखाली मुलींचा घोळका बसलेला दिसला. त्यातली एक मुलगी उभं राहून गाणं म्हणत होती आणि तिच्या सर्व मैत्रिणी ते गाणं ऐकत होत्या. तिला दादही मिळत होती... त्या मुलीच्या चेहऱ्यावर आनंद ओसंडून वाहत होता. माझी गाडी रस्त्याच्या कडेला थांबली आणि मी चालत चालत त्या मुलींकडं निघालो. मी आल्याचं पाहताच त्या मुलीनं तिचं गाणं थांबवलं आणि ती काहीशी लाजून खाली बसली. तिच्यासोबत असणाऱ्या बाकीच्या मैत्रिणीही काहीशा बिचकल्या. मी म्हणालो, "बाळ, तुझं गाणं ऐकायला मी इथपर्यंत आलोय आणि मी येताच तू तुझं गाणं थांबवलंस... हे काही बरोबर नाही."

गाडीतून उतरून कुणी आपल्याशी कौतुकानं बोलायला येईल, ही अपेक्षा, पायात चप्पल नसलेल्या, अंगावर फाटके-तुटके कपडे असलेल्या त्या

गोपाल खाडे

नीता तोडकर-खाडे

मुलींना कदाचित नसेल; म्हणून मी त्यांच्याजवळ जाताच त्या शांत झाल्या. मी त्यांच्या जवळ बसलो आणि म्हणालो, ''बाळांनो, घाबरू नका. मला खरंच तुमचं गाणं खूप आवडलं, म्हणून ते ऐकायला आलोय. तुम्हाला ऐकवायचं नसेल तर ऐकवू नका; पण मला घाबरून तुमचा हसता-खेळता चेहरा असा पडलेला मला नाही आवडणार.''

मीही थोडा वेळ शांत झालो आणि त्याही शांत होऊन माझ्याकडं पाहत राहिल्या. मी म्हणालो, ''ठीक आहे, मग मी निघतो आता.''

मी उठतोय हे पाहून घोळक्यातली एक मुलगी म्हणाली, ''अगं, ते दादा एवढं म्हणताहेत तर म्हण ना गाणं. त्यात काय एवढं...''

तरीही ती मुलगी काही गाणं म्हणेना.

मी म्हणालो, ''माझं एक गाणं मी तुम्हाला ऐकवतो.''

'सब के लिए खुला है मंदिर ये हमारा
आओ कोई भी पंथी, आओ कोई भी धर्मी'

या गाण्याचं एक कडवं मी म्हटलं आणि त्यांचा निरोप घेऊन निघणार, इतक्यात अगोदर जी मुलगी गाणं म्हणत होती, ती उठून गाणं म्हणायला लागली.

'एक मोठा डोंगर
डोंगरावर झाड
हिरवळ बाजूलाच होती
हिरवळ बाजूला'

अनेक उपक्रमांत गोपाल खाडे हे शिक्षक लहान मुलांत रमतात, अनेक प्रयोग करतात.

असं ते गाणं! पाचवीत शिकणारी ती मुलगी कमालीच्या तन्मयतेनं गात होती. आपलं खरं टॅलेंट इथं आहे, या विचाराची घंटा माझ्या मनात सतत वाजत होती. मी

त्या मुलीला म्हणालो, ''तुमच्या वयाचा असताना मीसुद्धा खूप गाणी म्हणायचो. शाळेत माझा नंबर पहिला होता.''

अशा तऱ्हेनं आमच्या गप्पा सुरू झाल्या. मी त्यांची आस्थेनं विचारपूस करत होतो. मी कुणीतरी भला माणूस असावा, अशी त्या मुलींची आता खात्री पटली होती.

नीता आणि गोपाल या दोन शिक्षकांची नावं त्या मुली सतत घेत आहेत, हे मला त्या मुलींशी बोलताना जाणवलं.

''त्यांनी आम्हाला शिकवलं... त्यांनी आमच्याकडून करून घेतलं,'' असं त्या सतत बोलत होत्या. टाकळीची प्रतीक्षा उगले, बेंबळ्याची भावना धुमाळ, खुशाली जोगी, ईश्वरी शेकोकर या सगळ्यांच्या वह्या मी पाहू लागलो. त्यांचं हस्ताक्षर, त्यांच्या कविता, त्यांची गाणी, त्यांनी स्वत: लिहिलेल्या कविता वाचून आणि त्या मुलींचं आत्मविश्वासानं बोलणं ऐकून मी अवाक् झालो. त्यांच्या त्या सगळ्या कलेला दाद द्यायला माझ्याकडं शब्द नव्हते. त्यांच्याकडं काहीच नसणं आणि काहीतरी करण्याची प्रचंड ऊर्मी असणं या दोनच गोष्टींमुळे त्यांच्यातली कला स्मृद्ध झाली आहे, असं मला वाटलं.

शाळा काही अंतरावरच आहे हे मला या मुलींकडून समजलं. मी त्यांच्यासोबत गप्पा मारत मारत शाळेकडं निघालो.

'आमची शाळा जवळच आहे,' असं जरी त्या मुलींनी सांगितलं असलं, तरी तसं काही नव्हतं. शाळा तशी बरीच दूर होती. शाळा गाठेपर्यंत फक्त पायच बोलत होते. शाळेच्या बाहेर एक मोठा बोर्ड दिसला : 'जि. प. विद्यालय; कामरगाव.' जिल्हा परिषदेची ही शाळा अत्यंत देखणी होती. अलीकडं जिल्हा

अनेक वेगळे उपक्रम नीता तोडकर-खाडे यांच्या मार्गदर्शनाखाली चालतात.

परिषदेच्या शाळांची किती वाताहत झाली आहे आणि तिथं प्रवेशाची कशी बोंब असते हे काही नव्यानं सांगायला नको; पण इथं मात्र प्रत्येक वर्गात भरपूर विद्यार्थिसंख्या होती. मुलींच्या बोलण्यात सातत्यानं ज्यांचा उल्लेख आला होता, त्या नीता आणि गोपाल या शिक्षकांना भेटायची मला खूप इच्छा होती. मला शाळेपर्यंत घेऊन आलेल्या मुलींनी दुरूनच गोपालसरांचा वर्ग मला दाखवला.

'ज्या वर्गातून मोठ्यानं आवाज येतोय, तो गोपालसरांचा वर्ग आहे आणि पलीकडच्या वर्गामध्ये नीता टीचर शिकवतात,' असं त्या मुलींनी मला सांगितलं आणि त्या आपापल्या वर्गात गायब झाल्या. जिथं गोपालसर शिकवत होते तिथं कवितांचा तास चालला होता. आईचं आणि मुलीचं नातं किती प्रेमळ असतं आणि त्या नात्याला शास्त्रात आणि पुराणांत किती महत्त्व आहे आणि त्याची कारणं कोणती... असे अनेक दाखले गोपालसर विद्यार्थ्यांना देत होते. मी वर्गात जाताच मुलांनी 'नमस्कार सर' म्हणून मोठ्या आवाजात माझं स्वागत केलं. गोपालसरांना मी माझी ओळख सांगितली. त्यांनी माझं हसून स्वागत केलं. मी जेव्हा जेव्हा जिल्हा परिषदेच्या शाळांमध्ये गेलो आहे, तेव्हा तेव्हाचं एक निरीक्षण आहे... 'पत्रकार आले' असं कळलं, की तिथल्या मंडळींची – मग ते शिक्षक असोत की मुख्याध्यापक – धांदल उडून जाते. पत्रकार आले तर आपल्या विरोधात काय छापतील आणि शासकीय अधिकारी शाळेवर काय कारवाई करतील, हीच धास्ती जिल्हा परिषदेच्या शिक्षकांना नेहमी असते.

गोपाल खाडे (संपर्क नंबर : ७७९८६९७३६९) हे कामरगाव जिल्हा परिषदेच्या शाळेत पाचवी ते आठवी या वर्गांना शिकवतात. चौदा वर्षांपासून ते या भागातले विद्यार्थिप्रिय आणि कामरगावच्या शाळेची वेगळी ओळख निर्माण करणारे शिक्षक. नीता तोडकर-खाडे (संपर्क नंबर : ९६०४५८९८९१) या गोपालसरांच्या पत्नी असून त्याही गोपालसरांइतक्याच विद्यार्थिप्रिय आहेत, हे मला माहिती घेतल्यावर कळलं.

हे दोन्ही शिक्षक 'कलाकार' म्हणून विद्यार्थ्यांचे आवडते आहेत. दोघंही कवी- लेखक आहेत आणि बाबा आमटे यांच्या विचारांच्या तालमीत तयार झालेले आहेत. गोपालसर ज्या वर्गांवर शिकवत होते, तिथल्या मुलांना मी

खूप प्रश्न विचारले. त्या सगळ्या प्रश्नांची मिळालेली उत्तरं ऐकून मी थक्क झालो. त्या वर्गातही अनेक कलाकार होते. कुणी पथनाट्यातला कलाकार होतं, कुणी कविता करण्यात माहीर कलाकार होतं, कुणी जनरल नॉलेजमध्ये तरबेज...! मोत्यांसारखं अक्षर आणि सुरेल गळा लाभलेली ही मुलं. या शाळेत जेवढी मुलं गरिबांची होती, तेवढीच श्रीमंतांचीही होती. कामरगाव परिसरात बेंबळा, खिरडा, बांबरडा, ब्राह्मणवाडा, धनज, शिरसोली, पिंपरी अशी २० पेक्षा जास्त खेडी आहेत. या खेड्यांमधले गरीब आणि श्रीमंत पालक याच शाळेत पाल्यांना दाखल करण्यास प्राधान्य देतात. 'आत्मविश्वास आणि जीवनाचे ज्ञान देणारी शाळा' अशी या शाळेची ओळख आहे, ती गोपाल आणि नीता या शिक्षकांमुळेच. गोपालसर मला नीता टीचरच्या वर्गावर घेऊन गेले. त्यांनी माझी ओळख करून दिली. नीता यांच्या वर्गातील मुलंही कलाकारच होती. श्रेया सोळंके, करण खंदारे, कुंदन खंदारे ही मुलं त्यांनी केलेले वेगवेगळे प्रयोग मला सांगत होती. तसे हे सगळे प्रयोग शालेय शिक्षणाच्या पलीकडचे होते. सगळे विषय शेती-मातीशी संबंधित. मुंबईच्या कॉलेजसारखं 'मराठी भाषा मंडळ' इथंही होतं. मुंगी, कावळा, ससे यांसारखे वेगवेगळे विषय विद्यार्थ्यांना कविता करण्यासाठी दिले जातात आणि ही सगळी मुलं त्या विषयांवर दहा-दहा कविता घेऊन येतात. आहे की नाही अफलातून कल्पना...!

म्हणजे एका विषयावर लागलीच कुणी दहा-दहा कविता करत असेल, तर त्या विद्यार्थ्याच्या मेंदूला किती जबरदस्त चालना देण्याचं काम इथल्या शिक्षकांनी केलं असेल! मी काही मुलींच्या कवितांच्या वह्या पाहिल्या.

'काळ्या काळ्या मातीत
आज म्या सोयाबिन पेरलं
पाण्यानं दिली चाट
सोयाबिन मातीत इरलं
भाव नाही सोयाबिनला
कास्तकार ठार मेला
मोदीदादा तुम्ही हो
भाव द्या ना सोयाबिनला'

आठवीत शिकणाऱ्या राणी तुमसरे या मुलीची ही कविता आहे.

सहावीत शिकणाऱ्या श्रेया सोळंके हिच्या कवितेच्या ओळी पाहा :

'पाणी नाही विहिरीला
मात्र लाइटबिल येतंय वेळेला
किती उशीर करताय
दुष्काळ जाहीर करायला
फडणवीस घेऊन या
मोदींना महाराष्ट्र फिरायला
कठीण आहे यंदा
सोसायटी फिटायला'

अशा जबरदस्त कविता लिहिणाऱ्या मुलींची कल्पनाशक्ती स्तिमित करणारी होती. त्यांच्या आत्मविश्वासाला अनुभवाचं बळ मिळत होतं आणि त्यातून त्यांच्या शब्दांना आकार प्राप्त होत होते.

गोपाल आणि नीता या शिक्षक जोडप्याचे उपक्रम मी जाणून घेतले.

प्रत्येक शिक्षकानं या जोडप्यासारखं वेगळेपण टिकवून ठेवलं तर आणि ते मुलांमध्ये उतरवलं तर गरिबीतून वर येणारा इथला प्रत्येक विद्यार्थी आत्मविश्वासानं उभा राहील आणि जिल्हा परिषदेच्या शाळांना लागलेला गाफीलपणाचा डागही पुसला जाईल.

यशवंतराव चव्हाणांपासून शरद पवारांपर्यंत तशी सगळी मोठी माणसं जिल्हा परिषदेच्याच शाळेत शिकलेली. हल्ली इंग्रजीच्या अनाठायी प्रेमामुळे जिल्हा परिषदेच्या शाळांची विनाकारण वाताहत सुरू आहे. एखाद्या शाळेनं काही वेगळं काम केलं, तर कामरगावच्या शाळेसारखं नाव अनेक शाळांचं निघेल. कामरगावच्या शाळेच्या परिसरातही अनेक खासगी शाळा आहेत, तरीसुद्धा श्रीमंत आणि गरीब दोन्ही पालक कामरगावच्याच शाळेला प्राधान्य देतात. याचं कारण, या शाळेनं विद्यार्थी घडवण्याची परंपरा निर्माण केली आहे.

गोपाल आणि नीता हे पती-पत्नी या शाळेतल्या मुलांना वेगळ्या पद्धतीनं घडवण्याचं काम करत आहेत, म्हणून ही शाळा वेगळी आहे. असे प्रयोगशील शिक्षक त्या त्या शाळांचे खरेखुरे अलंकार असतात!

इंदूमाई

रोजचा डबा, नाहीतर तेच ते कॅन्टीनचं जेवण! अनेकदा हा सगळा कंटाळवाणा प्रकार वाटतो... जिभेला वेगळं आणि चमचमीत खायला फार आवडत असतं. महिन्यातून एक-दोन वेळा का होईना; बाहेर खाण्याची हुक्की येतेच आणि आणलेला डबा तसाच राहून जातो. काहीतरी चमचमीत खाण्याच्या शोधात बाहेर पडावंसं वाटतं. त्या दिवशी असाच बेलापूरच्या 'सकाळ भवन'मधून बाहेर पडलो... नवी मुंबई हे देशातलं नंबर दोनचं शहर. जसं चकचकीत; तसंच खाण्यासाठीही चमचमीत... वेगवेगळे मासे आणि खाद्यप्रकार ही नवी मुंबईची खासियत... काहीतरी वेगळं खाण्याचा मूड होता... उभ्याउभ्याच दोन घास पोटात ढकलून कार्यालयात जाण्यासाठी चाकरमान्यांची लगबग सुरू होती.

काही ठिकाणी ताटात उष्टं राहिलेलं अन्न खाण्यासाठी भिकाऱ्यांच्या छोट्या छोट्या मुलांमध्ये मारामारी चालली होती... उष्टी प्लेट पडली की त्यातलं उरलेलं अन्न खाण्यासाठी एका बाजूनं मुलं धावायची आणि दुसऱ्या बाजूनं कुत्री... या अशा रोजच्याच दृश्यांकडं कानाडोळा करण्यात मुंबईकर पटाईत. धावत्या मुंबईत असं वागण्याशिवाय दुसरा पर्यायही नसतो म्हणा!

ही अशी निरीक्षणं करत करत मी पुढं निघालो होतो. काहीतरी वेगळं खायला मिळतंय का याचा शोध घेत होतो. बेलापुरात कोर्टाच्या अगदी समोर एका दुकानापुढं भली मोठी रांग लागली होती. हे दुकान नेमकं कशाचं, ते दुरून काही कळेना... जवळ गेल्यावर लक्षात आलं, की ही एवढी मोठी

रांग वडापाव घेण्यासाठी लागली होती... या रांगेकडं पाहून अनेक प्रश्न पडले. जवळ गेल्यावर या सर्व प्रश्नांची उत्तरंही मिळाली... 'झटपट खाद्यपदार्थ' या प्रकारात वडापाव हा खाद्यपदार्थ मोडतो. 'महाराष्ट्राचा बर्गर' म्हणावा एवढी लोकप्रियता वडापावला लाभलेली आहे. वडापावसोबत असणारी लसणाची चटणी म्हणजे तर काही विचारूच नका. मुंबई आणि वडापाव यांचं अविभाज्य नातं आहे. माणूस कितीही मोठा असू द्या... रस्त्याकडेच्या छोट्याशा गाडीवर जाऊन वडापाव खाण्याची इच्छा त्याला होतेच. अशा मंडळींची संख्या खूप मोठी आहे...

कामावर जाण्याच्या लगबगीत एका हातात वडापाव नसेल तर तो मुंबईकर कसला...! मी ज्या वडापावच्या दुकानावर जाऊन थांबलो होतो, तिथं एकीकडं वडापाव खाणाऱ्यांचीही रांग होती आणि दुसरीकडं वडापावचं पार्सल घेऊन जाणारेही लोक बरेच दिसत होते... बरं, ही पार्सलंही काही लहानसहान नव्हती. छोट्याशा मालगाड्यांतून ही पार्सलं नेली जात होती. एवढी मागणी आहे, म्हणजे या वडापावमध्ये नक्कीच काहीतरी विशेष असणार, असा विचार मनात आला.

एक महिला वडापाव तळण्यासाठी पीठ तयार करत होती. एक महिला वडे तळत होती. एक व्यक्ती पैशांचा व्यवहार बघत होती आणि एक व्यक्ती लोकांना वडापाव देण्याचं काम करत होती. चार व्यक्तींच्या बळावर ही

केवढी मोठी उलाढाल...! दुपारची भुकेची वेळ... त्यात तिथंच उभे राहून खाणारे आणि पार्सल नेणारे एकदमच आल्यामुळं तासभर गर्दी काही संपली नाही... हळूहळू गर्दी कमी व्हायला लागली. माझ्या मनात अनेक प्रश्न होते. म्हटलं, अगोदर वडापाव खावा आणि मग बाकीचं...! पोटपूजा उरकून घेतली. अजून खातच राहावं अशी चव... आता माझं प्रश्न विचारणं सुरू झालं आणि उत्तरं ऐकून चकित होणंही...!

इंदू नावाच्या एका साठीच्या महिलेनं मुंबईत खाद्यपदार्थांच्या क्षेत्रात हा इतिहासच घडवला आहे म्हणा ना!

आता अनेकजण तिला प्रेमानं 'माई' म्हणतात. इंदूमाई.

इंदूमाई एका हातानं वडापाव विकत होती आणि दुसऱ्या हातानं भिकाऱ्यांनाही वडापाव देत होती.

''अहो, किती वाटप करता ?'' असं त्यांचा एक सहकारी म्हणाला. त्यावर इंदूमाई म्हणाली, ''बाबा, माणसं जगली पाहिजेत... पैशाचं काय एवढं!''

असं उदारहस्ते दान देणाऱ्या महिलेला कुणी 'माई'– म्हणजे अर्थातच 'आई'–असं संबोधलं, तर ते यथार्थच म्हणता येईल. इंदूमाईचा चवदार, रुचकर वडा आज मुंबईच्या कोनाकोपऱ्यात पोचला आहे आणि लोकांच्या खाद्यसवयीचा एक भाग झाला आहे. इंदूमाईची रोजची कमाई काही लाखांत आणि वर्षाची तर विचारूच नका. कमाईपेक्षा किती जणांच्या हाताला काम

इंदूमाई

इंदूमाईला अनेक पुरस्कार मिळाले.

मिळालं, किती जणांनी आपला वेगळा व्यवसाय सुरू केला, किती जणांची भूक भागली... हे इंदूमाईच्या दृष्टीनं खूप महत्त्वाचं आहे... इंदूमाईचा हा वडा एकेकाळी केवळ मुंबईपुरताच होता. तो आता राज्यभर पसरला आहे. बाहेरच्या राज्यांतही गेला आहे. एवढंच नव्हे तर, परदेशातही या वड्याला मोठी मागणी आहे... आधुनिक तंत्रज्ञान, स्वतंत्र वाहनव्यवस्था आणि पॅकिंगची अनोखी पद्धत यामुळे हा वडा सातासमुद्रापार गेला आहे. लोक आपल्या वडापावची चव चाखतात आणि आनंदी होतात, यातच इंदूमाईचाही आनंद सामावलेला आहे. इंदूमाईचा वर्तमानकाळ चांगला आहे. पण भूतकाळ ? तो मात्र अतिशय खडतर होता.

सन १९७२ चा काळ. राज्यावर तेव्हा मोठ्या दुष्काळाचं सावट होतं.

पोटाची खळगी भरण्यासाठी कितीही वणवण केली तरी भाकरीचा प्रश्न काही केल्या सुटत नव्हता. अशी स्थिती तेव्हा सगळीकडंच. या परिस्थितीमुळे जळगाव जिल्ह्यातलं आपलं 'मेहूण' हे गाव सोडायची वेळ इंदूबाईंवर आली. पती साहेबराव यांच्यासोबत इंदूबाईंनी मुंबईचा रस्ता धरला आणि नवी मुंबईतल्या सानपाड्यात ते राहू लागले. नवी मुंबईचे दोन फायदे त्या काळात होते आणि आजही आहेत. एक म्हणजे मुंबईत असल्याचा फील, हाताला काम आणि दुसरा फायदा म्हणजे, मूळ मुंबईतल्या राहणीमानाच्या तुलनेत स्वस्त असणारं जीवनमान. असं असलं तरी एकाच्या जिवावर कुटुंबाचा उदरनिर्वाह चालणं तसं अवघडच होतं. ही बाब लक्षात आल्यावर इंदूबाईंनी गल्लोगल्ली जाऊन वडापाव विकायला सुरुवात केली. संसाराला हातभार लावणं सुरू झालं. सात वर्षांच्या काळात इंदूबाईंना दोन अपत्यं झाली. मुलगा संतोष आणि मुलगी ममता. संसार गुण्यागोविंदानं सुरू असतानाच इंदूबाईंचे पती साहेबराव यांचं निधन झालं. त्या वेळी संतोष दहा वर्षांचा, तर

ममता सात वर्षांची होती.

इंदूबाईंच्या आयुष्यातला हा कसोटीचा काळ होता. या सगळ्या दुःखाच्या परिस्थितीतून इंदूबाई सावरल्या. आपल्या गाड्यावरचा व्यवसाय त्यांनी परत सुरू केला. काबाडकष्ट केले. संतोष–ममताला उच्चशिक्षित केलं. संतोषला मोठ्या कंपनीत नोकरी लागली; पण त्या नोकरीत त्याला रुची नव्हती. आईनं मोठ्या कष्टानं वाढवलेला वडापावचा व्यवसाय आणखी वाढवावा असा त्याचा विचार होता. त्यानं तसं केलंही. 'इंदूवडा' या नावानं अनेक ठिकाणी व्यवसायाच्या शाखा सुरू केल्या. खूप भरभराट झाली. काळ इंदूबाईंची दुसऱ्यांदा परीक्षा घेण्यासाठी तयारच होता. ममता खूप गंभीर आजारी पडली. होतं–नव्हतं ते विकून, गहाण ठेवून इंदूबाईंनी ममताला या आजारातून बाहेर काढलं. पुढं काबाडकष्ट केल्यामुळे व्यवसायात वाढ होत राहिली. उदार मनाच्या इंदूबाईंना लोक 'इंदूमाई' म्हणू लागले.

ममताच्या आजाराची कहाणी सांगताना इंदूबाईंना अश्रू अनावर झाले होते. परिस्थिती पूर्वपदावर येण्यासाठी किमान पाच ते सहा वर्षं गेली. आता सर्व काही ठीक आहे. संतोषनं त्याचा संसार थाटला. ममताचं याच महिन्यात तिच्या आवडत्या मुलाशी धूमधडाक्यात लग्न झालं. संतोष आणि ममता आईच्या शब्दाबाहेर नाहीत... आईनं आपल्यासाठी केलेल्या कष्टांची जाण दोघा भावंडांना आहे. 'आई ही आमच्यासाठी सर्व काही आहे' हे त्या दोघांनी मिळून काढलेले उद्‌गार.

या छोट्या गाड्यावरून इंदूमाईच्या व्यवसायाची सुरुवात झाली होती.

'आपण खूप जणांचे आशीर्वाद घेतले, की आपल्यालाही निसर्ग साथ देतोच देतो. हार मानायची नाही आणि इमानदारी सोडायची नाही. सातत्य ठेवायचं. हे सगळं तंतोतंत पाळलं की तुमचं यश कुणीही रोखू शकत नाही...' इंदूमाईनं स्वानुभवाचे बोल

बेलापूर येथील दुकानाचं, उद्घाटन करताना इंदूमाई, सोबत संतोषदादा आणि ममताताई.

सांगितले. इंदूमाईची ही मेहनती वृत्ती आणि कमालीची जिद्द पाहून नवी मुंबईच्या आमदार मंदा म्हात्रे गेल्या ३५ वर्षांपासून इंदूमाईच्या प्रेमात आहेत. इंदूमाईविषयी बोलताना त्या म्हणाल्या, ''खूप काबाडकष्ट करणारी ही प्रेमळ आणि शिस्तबद्ध बाई. एखाद्या पुरुषाला लाजवेल असं तिचं सामर्थ्य. संसारात अडचण आली की पुरुष आत्महत्या करतात. व्यसनाकडं वळतात. बायका मात्र आलेल्या परिस्थितीचा सामना करतात. इंदूमाई हे त्याचं उत्तम उदाहरण... मी इंदूमाईच्या सुख-दु:खांची साक्षीदार आहे... मात्र, अशा महिलांना समाज मदत करत नाही, म्हणून त्यांच्या अडचणीही अधिक वाढतात. इंदूमाईनंही हे भोगलं आहे.''

कवी मनोज बोरगावकर यांच्या 'जातच राहील प्रेतयात्रेला' या कवितेतल्या काही ओळींचा उल्लेख यानिमित्तानं आवर्जून करावासा वाटतो. ते म्हणतात :

माणसांच्या देहाच्या आकारावरून
लाकडाच्या क्विंटलचे हिशेब
मी सांगायचो पर्फेक्ट
मजबूत हाडापेराचं माणूस
साडेचार क्विंटल लाकडात आटोपतं
लहान चणीच्या माणसाला
राखरांगोळी व्हायला
अडीच क्विंटल लाकडं पुरतात
तर बाईमाणसाला जाळायला
फारशी लाकडं लागत नाहीत
आयुष्यभर जळत राहिल्यामुळे
शेवटी जळण्यासाठी तिच्याजवळ

देहाशिवाय फारसं काही
शिल्लक उरत नाही...!

इंदूमाईकडं आज काय शिल्लक आहे? भुकेलेल्यांनी प्रेमानं, कृतज्ञतेनं दिलेली 'माई' नावाची मोलाची पदवी. ज्यांनी आयुष्यभर आपल्या कुटुंबासाठी आणि समाजासाठी झिजण्याचा वसा घेतला आहे, अशा महिलांचं प्रतिनिधित्व इंदूमाई करते. एक छोटा व्यवसाय... त्यात सातत्य असेल तर किती मोठी झेप घेता येते, याचं मोठं उदाहरण म्हणजे इंदूमाई आणि तिचा इंदूवडा.

संकटं येतील आणि जातील... आपण खंबीर राहायचं... हाच बोध इंदूमाईकडं पाहून घेता येईल.

पंखांविना भरारी

गेल्या पंधरवड्यापासून निवडणूक सोडून अन्य काहीही विषय चर्चेत नाहीत. जिकडं जावं तिकडं केवळ निवडणूक... आपल्या प्राथमिक प्रश्नांचा खुद्द लोकांनाच विसर पडला आहे जणू काही! आपले प्रश्न, आपले गंभीर विषय आपल्या लोकप्रतिनिधीपर्यंत पोचवण्याची हिंमत लोकांमध्ये नाही आणि लोकप्रतिनिधी म्हणून राज्यरथ हाकणाऱ्यांना त्याचं काहीच देणं-घेणं नाही.

नुकत्याच झालेल्या विधानसभेच्या निवडणुकीच्या वेळी या निवडणुकीचे रागरंग मी फार जवळून पाहिले, अनुभवले. सर्वत्र फार किळसवाणे प्रकार पाहायला मिळाले. ज्यांना आपलीच काळजी नाही, त्यांना आपल्या मुला-बाळांची काळजी वाटायचं काही कारण नाही. सगळ्याच ठिकाणी जळगावच्या

यजुर्वेंद्र महाजनांसारखी (९८२२४७६५४५) माणसं तुमच्या मदतीला येऊ शकणार नाहीत.

गेल्या शनिवारी मी जळगावात होतो. ऑफिसची सगळी कामं आटोपून लगेच औरंगाबादला जाण्याच्या तयारीत होतो. तितक्यात माझ्या सहकारी शीतल पवार यांचा मला फोन आला. त्या म्हणाल्या, ''तुम्ही जर जळगावात असाल, तर 'दीपस्तंभ फाउंडेशन'ला नक्की भेट द्या. तिथं तुम्हाला वेगळ्या धाटणीचे तरुण भेटतील. त्यांचं काम तुम्हाला नक्की आवडेल. त्या संस्थेबद्दल शीतल यांनी मला बरंच काही सांगितलं. त्यामुळे मला त्या ठिकाणी जाण्याची उत्सुकता निर्माण झाली. सहा वाजले होते. माझ्यासोबत नेहमीप्रमाणे त्या शहरातली 'फौज' होतीच. आमचे 'यिन'चे मुख्यमंत्री तेजस पाटील, दिव्या पाटील, धनश्री माळी, माझे काही सहकारी असे आम्ही निघालो 'दीपस्तंभा'कडे. गाडीतून उतरताना कानावर गाण्याचा आवाज येत होता.

'इतनी शक्ती हमें दे ना दाता
मन का विश्वास कमजोर हो ना...
एकापाठोपाठ अशी गाणी सुरू होती.
तू बुद्धी दे, तू तेज दे, नवचेतना विश्वास दे
जे सत्य-सुंदर सर्वथा आजन्म त्याचा ध्यास दे...
हरवले आभाळ ज्यांचे हो तयांचा सोबती

सापडेना वाट ज्यांना हो तयांचा सारथी...
हीच अमुची प्रार्थना अन् हेच अमुचे मागणे...
माणसाने माणसाशी माणसासम वागणे
भोवताली दाटला अंधार दुःखाचा जरी
सूर्य सत्याचा उद्या उगवेल आहे खातरी
तोवरी देई अम्हांला काजव्यांचे जागणे
माणसाने माणसाशी...

माझ्यासोबतचे सहकारी बाजूला एका कोपऱ्यात शांतपणे जाऊन बसले होते. एवढं शांत आणि प्रसन्न वातावरण फार कमी ठिकाणी पाहायला मिळतं. जी मुलं गात होती आणि जी मुलं गायकाच्या मागं गात होती, ती सगळी मुलं आणि मुली शरीरानं दिव्यांग होती.

'आपण काहीही कामाचे नाही' असं त्यांचा उत्साह पाहून वाटत होतं. ज्यांना हात-पाय नाहीत, ज्यांना डोळे नाहीत, ज्यांना ऐकू येत नाही अशा त्या सर्व मुलांमध्ये कमालीचा उत्साह होता. अर्ध्या तासाची प्रार्थना संपली आणि आम्ही राजेंद्र चव्हाण नावाच्या प्राध्यापकांसमोर जाऊन उभे राहिलो. आम्ही इथं येणार आहोत याची कल्पना चव्हाण यांना अगोदर होतीच. सुटाबुटात वावरणाऱ्या चव्हाण यांना दोन्ही डोळे नाहीत. मात्र, त्यांचा उत्साह पाहून, त्यांना डोळे नाहीत, असं जाणवतच नव्हतं. या संस्थेचं काम कसं चालतं, ज्यांना समाजानं नाकारलं आहे अशा मुलांनी काय काय केलं, हे सगळं आम्हाला चव्हाण यांनी सांगितलं. ते ऐकून आम्ही थक्क झालो.

माझ्यासोबत असणारे तेजस, दिव्या आणि धनश्री त्या ठिकाणी कमालीचे शांत होते. एरवी त्यांना सांगावं लागतं, 'बाबांनो, जरा शांततेनं घ्या.' आम्ही

स्वप्नील बागूल *पंकज गिराशे* *चैताली पातावार*

एकेक करत सगळ्या खोल्यांमध्ये फिरायला सुरुवात केली. त्या मुलांना भेटलो. चर्चा केली. तेव्हा अनेक प्रश्न पडले.

माझ्याकडे सर्व अवयव आहेत तरीपण मी यांच्यासारखं आकाशाला गवसणी घालणारं स्वप्न का पाहू शकलो नाही ? माझ्याकडे सगळे पर्याय असतानाही मी आकाशात का भरारी घेतली नाही ? मी सहज एखादं स्वप्न उराशी बाळगून त्यानुसार वाटचाल का केली नाही ? मी लुळा नाही, मी पांगळा नाही, मी अंध नाही, मी दरिद्री नाही... तरीही धाडसानं स्वप्न पाहण्याची या मुलांसारखी हिंमत माझ्यात का नाही ? असे किती तरी प्रश्नच प्रश्न...

गरीब, दिव्यांग, अनाथ मुलांसाठी सन २००५ पासून यजुर्वेंद्र यांनी हा प्रकल्प सुरू केला आहे. दिव्यांग-प्रज्ञाचक्षू विद्यार्थ्यांसाठी, ग्रामीण आदिवासी विद्यार्थ्यांसाठी 'गुरुकुल', निराधार-वंचित मुला-मुलींसाठी 'संजीवन', तसेच 'मनोबल' अशा तीन संस्थांचा जन्म झाला. यजुर्वेंद्र यांच्या मार्गदर्शनाखाली तयार झालेली अनुभवी शिक्षकांची फळी आता 'दीपस्तंभ'ची धुरा यशस्वीपणे सांभाळत आहे. त्या बळावर यजुर्वेंद्र यांनी आपलं आयुष्य या तीन संस्थांसाठी वाहून घेतलं आहे. कुठलंही भरभक्कम आर्थिक पाठबळ नसताना, भविष्यात आर्थिक पाठबळ मिळेल याची कुठलीही शाश्वती नसताना यजुर्वेंद्र यांनी या तीन संस्थांची स्थापना केली. यजुर्वेंद्र यांची या कार्याविषयीची सच्ची निष्ठा, स्वच्छ उद्देश आणि या कार्यातून भविष्यात निर्माण होणाऱ्या अगणित शक्यता पाहून समाजातल्या अनेक दानशूर व्यक्ती पुढं आल्या. 'हे काम तुझं एकट्याचं नाही तर संपूर्ण समाजाचं आहे,' हाच संदेश त्या सगळ्यांच्या आर्थिक मदतीतून पुढं आला. समाजातल्या आबालवृद्धांपासून प्रत्येकाला या कामात खारीचा वाटा उचलावासा वाटत आहे, हे या कामाचं यश म्हणायला हवं.

'गुरुकुल', 'संजीवन' आणि 'मनोबल' या तिन्ही उपक्रमांचा खर्च हा देणग्या, यजुर्वेंद्र यांच्या व्याख्यानांचं मानधन व 'दीपस्तंभ' प्रकाशनाच्या नफ्यातून भागवला जातो; पण हे एवढंच पुरेसं नाही या संस्थेला. आजही तुम्हा-आम्हासारख्या दानशूर व्यक्तींच्या मदतीची गरज आहे.

शेजारच्या खोलीत आम्ही एका तरुणीशी बोलायला सुरुवात केली. चैताली राम पातावार ही नांदेड जिल्ह्यातल्या देगलूरची तरुणी. तिच्या कमरेच्या खालच्या भागात जीवच नाहीये. छोट्या तीनचाकी सायकलवर बसून ती

इकडं तिकडं फिरत असते. 'तिला शाळेत पाठवू नका, तिला घराबाहेर पाठवू नका,' असं लहानपणापासून सांगून तिच्या शिक्षकांनी चैतालीच्या आई-वडिलांना घाबरवलं होतं. मात्र, स्वत:च्या हिमतीच्या जोरावर तिनं बीएपर्यंतचं शिक्षण पहिल्या श्रेणीमध्ये पूर्ण केलं. प्रत्येक परीक्षेत ती पहिली यायची. तिचं अक्षर अगदी मोत्यासारखं. ती बोलत होती आणि आम्ही ऐकत होतो. ती म्हणाली, ''मला स्पर्धक कुणीच नाहीये. मीच माझी स्पर्धक आहे. मला दिव्यांग लोकांसाठी, मुलांसाठी आयुष्यभर काम करायचंय. त्यासाठी क्लास वन अधिकारी होण्याचं माझं स्वप्न आहे.''

चैताली म्हणाली, ''जळगावला शिकण्यासाठी आले. पहिल्यांदाच घराबाहेर पडले होते. मला पाठवायला आई-बाबांचं धाडस होत नव्हतं; पण अखेर त्यांनी ते दाखवलं. इथं आल्यावर मला रुळायला चार दिवस लागले; पण आता मी इथल्या वातावरणात चांगलीच रुळले आहे. महाजन सरांसारखा धाडसी माणूस माझा पाठीराखा बनल्यामुळे ते शक्य झालं.''

तिच्या खोलीत नजर फिरवली तर इतिहासाची आणि महात्मा गांधीजींची अधिक पुस्तकं दिसत होती.

''गांधीजींवरची सगळी पुस्तकं मी वाचली आहेत. गांधीजी मला फार आवडतात,'' असं तिनं सांगितलं. गांधीजी जगातले सर्वश्रेष्ठ कसे आहेत, याचेही तिनं अनेक दाखले दिले.

नंतर कोल्हापूरची माउली अडकूर भेटली. जन्मत:च दिव्यांग असलेल्या माउलीला गायनाची खूप आवड. पाकिस्तानी संगीताबद्दलची माहिती तिनं मला दिली. तिचं संगीतातलं हे ज्ञान पाहून मी चकित झालो. गरिबीतून आलेली, तसा कुणाचाही आधार नसलेली मुलं ध्येयानं किती झपाटलेली

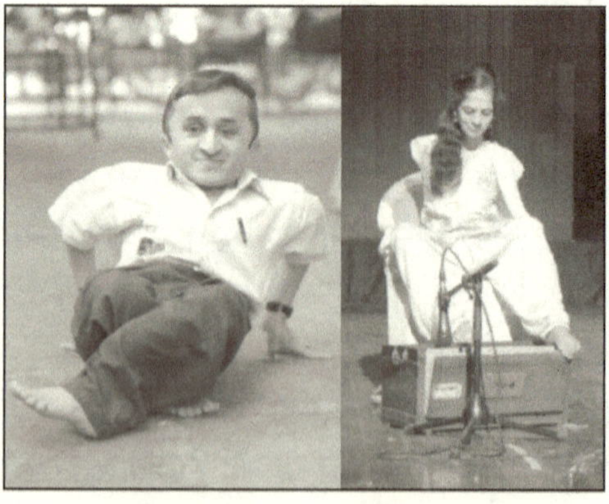

महेंद्र निगडे *माउली अडकूर*

आहेत हे मला जाणवलं. गावाकडचं वातावरण, तिच्याकडं बघण्याचा लोकांचा दृष्टिकोन, शेतीवाडी याविषयी माउली म्हणाली, ''चॅलेंज स्वीकारायला मला खूप आवडतं. मी जो विषय हाती घेते त्यात प्रावीण्य मिळवतेच.''

शाळेत असतानाचे अनेक किस्से तिनं मला सांगितले. अनेक विषयांवर चर्चा केली. माउलीची सकारात्मकता पाहून मी अवाक् झालो. 'मृत्युंजय' कादंबरीतल्या अनेक बाजू चांगल्या–वाईट कशा आहेत, हेही तिनं माझ्यासमोर मांडलं.

पंकज गिराशे. पाच वर्षांचा असताना वडील वारले. गरिबीच्या झळा सोसत त्यानं शिक्षण प्रथम श्रेणीत पूर्ण केलं. अनेक ठिकाणी प्रवेशासाठी प्रयत्न केले. त्यात हा दिव्यांग. आईच्या आधारावर पंकजनं आकाशाला गवसणी घालायचं स्वप्न पाहिलं. त्याला कलेक्टर व्हायचंय. त्यासाठी तो 'दीपस्तंभ'मध्ये मन लावून अभ्यास करतोय. त्याला चिंता आहे ती आईची. आपल्यापासून दूर असलेली आई काय करत असेल, याची काळजी त्याला आहे. पंकजला अपयशाची भीती वाटत नाही. स्वत:वरही त्याचा दांडगा विश्वास आहे. दिलेलं अभ्यासाचं काम तो अगदी त्याच वेळेत करतो.

महेंद्र निगडे हा कऱ्हाडचा आहे. त्याच्या शाळेत त्याला सर्वजण चिडवायचे. तो दिव्यांग होता, यात त्या बिचाऱ्याचा काय दोष... ? पण याच चिडीतून त्यानं काही स्वप्नं उराशी बाळगली. अनेकदा अपयशाला सामोरं जावं लागलं; पण तो खचला नाही. तो सातत्यानं काम करतोय.

स्वप्नील बागूल. अंगात रक्तवाहिन्या कमी आणि नळ्याच जास्त! डोक्यावर मायेचं छत नाही की कुणाचा आधार नाही. असं असलं तरी त्याला आपलं ध्येय गाठायचं आहे. आपले 'आपले' असतात, असं सांगत घरच्यांच्या आठवणीनं त्याचे डोळे पाणावले होते. त्याला हलता येत नाही की उठता येत नाही; पण या पठ्ठ्याची जिद्द काही थांबत नाही.

या संस्थेत उच्च शिक्षण घेत, स्पर्धा परीक्षेचा अभ्यास करणारे हे काही एवढे पाचजणच नाहीत, तर असे कितीतरी जण जळगावला आहेत आणि पुण्यातही आहेत. जळगावच्या संस्थेत शिकणाऱ्या किमान ५० जणांना तरी मी भेटलो असेन. प्रत्येक जण दिव्यांग आहे. प्रत्येकाची कहाणी करुण आणि वेदनामय आहे. राज्यभरातून मुलं इथं येतात, राहतात, शिकतात. आमच्या

गप्पा सुरू असताना यजुर्वेंद्र महाजन तिथं आले.

'सर आले, सर आले' असं म्हणत सगळ्या मुलांच्या चेहऱ्यावर एक प्रसन्न भाव बघायला मिळाला. संस्थेत शिक्षण घेणारा प्रत्येक मुलगा शरीरानं अधू होता; पण प्रत्येकाच्या मनात उत्साह शिगोशीग होता. प्रत्येकात जणू हत्तीचं बळ होतं. कुठून आला एवढा उत्साह? याचं कारण इथलं वातावरण आणि महाजन सर... ही मुलांची ऊर्जास्थानं आहेत.

जे आयुष्याकडे पाहू शकत नाहीत, कुणासाठी काहीही योगदान देऊ शकत नाहीत अशा दीड हजार मुलांचं अधिकारी होण्याचं स्वप्न पूर्ण झालं आहे. या ठिकाणाहून ट्रेनिंग घेऊन जाणारी पाच हजार मुलं राज्याच्या कोनाकोपऱ्यांत स्वत:चा वेगळा ठसा उमटवत आहेत. या संदर्भात कधी शासनानंही विचार केला नाही की राजकीय नेतृत्वानंही. यजुर्वेंद्र आणि त्यांची पत्नी मानसी यांच्या कल्पकतेतून खूप मोठं काम इथं उभं राहिलं आहे.

यजुर्वेंद्र म्हणाले, ''सगळ्यांच्या मदतीचा हात मिळाला आणि त्यातून हे मोठं काम उभं राहिलं. एकाही मुलाकडून एकही पैसा न घेता आम्ही इथं शिक्षण देत असतो. ज्यांचं कुणीच नाही, जे दिव्यांग आहेत आणि खचलेले आहेत, अशांसाठी ही संस्था 'आधारवड' आहे.''

या ठिकाणी भेटलेला प्रत्येक तरुण मला ऊर्जा देणारा वाटला. ही संस्था माणुसकीचं, उंच आकाशी झेप घेणाऱ्यांचं माहेरघर आहे. आपण सगळे जण, ही संस्था आपली संस्था आहे, असं समजून काम करूया. आपल्या भागातल्या उत्साही, जिद्दी, होतकरू तरुणांना या संस्थेचा रस्ता दाखवूया. या संस्थेला आज मदतीची गरज आहे. आपली मदत कुणाचं तरी आयुष्य घडवू शकते.

''दादा, परत कधी येतोस?'' असं म्हणून माझा हात हातात घट्ट पकडलेला तो स्पर्श... त्या स्पर्शातला ओलावा मला अद्याप जाणवत राहतो. 'सांड की आँख' या सिनेमातला एक डायलॉग आहे : 'आदमी बूढा हो गया तो क्या हुआ? दिल जवाँ रहना चाहिये।' तसं या सगळ्या दिव्यांग मुलांचं आहे. त्यांच्याकडं बघून लोकांना वाटतं, की ही मुलं काहीही करू शकत नाहीत; पण प्रत्यक्ष त्यांच्यासोबत काही क्षण घालवल्यावर असं लक्षात येतं, की जे काही करतील, ते ही मुलंच करतील. बस्स!

चळवळीची चाकं

राज्यात भ्रमंती करत असताना काही व्यक्ती खूप खोलवर मनात रुजल्या. त्या व्यक्ती समाजासाठी काहीतरी वेगळं करत असतात. त्यांनी केलेलं प्रत्येक काम नोंद घेण्यासारखं होतं. ही माणसं जर नसती तर समाजाचं काय झालं असतं, असा प्रश्न या सर्व माणसांना भेटल्यावर पडतो.

मालेगावमध्ये काही मुस्लिम समाजसेवकांच्या भेटीनंतर मी याच शहरात फेरफटका मारत असताना माझ्या कानांवर

'जय जगत् पुकारे जा, सिर अमन पे वारे जा।
सब के हित के वास्ते अपना सुख बिसारे जा।
प्रेम की पुकार हो, सबका सब से प्यार हो।
जीत हो जहाँ की, क्यूँ किसी की हार हो।
जय जगत...'

हे गाणं पडलं... आणि मी मंत्रमुग्ध झालो.

बहात्तरी ओलांडलेले एक गृहस्थ मोठ्या जोशात ही प्रार्थना म्हणत होते. त्यांच्या मागं प्रार्थना म्हणणारे सगळे तरुण होते. प्रार्थना संपली. माझ्या सहकाऱ्यांनी प्रार्थना म्हणणाऱ्या त्या व्यक्तीची ओळख करून दिली. डॉ. सुगन बरंठ (९४२२२५२७९१) असं या व्यक्तीचं नाव. ते घरचे खूप श्रीमंत. त्यांचं शिक्षण एमबीबीएस आणि पुढं पीजी झालेलं.

सन १९७७ मध्ये त्यांनी 'संघर्षवाहिनी'मधून सामाजिक कामाला सुरुवात केली. त्यानंतर 'सर्वोदय'मध्ये राज्यपातळीवरचं आणि देशपातळीवरचं अध्यक्षपद बरंठ यांच्याकडे होतं. पुढं पाच वर्षं त्यांनी 'नर्मदा बचाव' आंदोलनाचं काम केलं. ते

'सेवादला'तही अनेक वर्षं होते. त्यांची डॉक्टरकीची प्रॅक्टिस जोरात होती; पण त्यांचं तीत काही मन लागेना. त्यांनी आपला दवाखाना सहकाऱ्यांच्या ताब्यात देऊन 'संघर्षवाहिनी'त पूर्ण वेळ काम करण्यासाठी उडी घेतली. लोकांनी लोकांसाठी चांगल्याचा आग्रह धरावा यासाठी बरंठ यांनी अनेक सेवाभावी चळवळींत भाग घेतला. आता सत्तरीनंतर त्यांनी आपल्या गावातच 'नई तालीम' नावानं एक चळवळ सुरू केली आहे. यातून महात्मा गांधीजींना मानणारा एक मोठा तरुणवर्ग निर्माण करायचं काम त्यांनी सुरू केलं. शिक्षण हे जीवनाचाच भाग बनलं पाहिजे, अशी ही चळवळ आहे. 'नई तालीम' एका मालेगावापुरती मर्यादित नाही, तर ती राज्याच्या कोनाकोपऱ्यांत जाऊन पोचली आहे. गप्पा मारत असताना बरंठ यांनी मला चळवळीच्या काळातले खूप किस्से सांगितले.

त्यांनी माझ्या खांद्यावर हात ठेवला. समोरच्या मैदानावर चकरा मारत आम्ही त्यांच्या घराकडे निघालो. ते महावीरनगरमध्ये भाड्याच्या घरात राहतात. घरी पोचल्यावर पत्नीची ओळख करून देताना ते म्हणाले : ''यो संदीप हे. यो नांदेड को हे, यो पत्रकार हे, यो अबार परिवार रे, हाथे बंबई मे रेवे हे.''

मी काकूंना वाकून नमस्कार केला. बरंठकाका पत्नीची ओळख करून देताना म्हणाले, ''ही माझी पत्नी जोधा.''

बरंठकाका यांचं नाव सुगन आणि त्यांच्या पत्नीचं नाव जोधा. मी जरा

गोंधळलो. थोड्या वेळानं माझ्या मनात सुरू असलेला गोंधळ थांबला. उच्चशिक्षित असलेल्या या कुटुंबानं चळवळीला जणू वाहून घेतलं होतं. त्यातून घरात आंतरजातीय विवाह झालेले. जोधाकाकू काही कार्यकर्त्यांना जेवू घालत होत्या. कुणी त्यांच्याकडे राहून शिक्षण घेत आहे. कुणी चळवळीत पूर्ण वेळ काम करत आहे. कुणी जुन्या चळवळीशी संबंधित आहे, तर कुणी नव्यानं संघटनेत काम करत आहे. संपूर्ण घर कार्यकर्त्यांनी भरलेलं. बरंठकाकांची कमाई किती आहे, हे त्यांच्या घरात बसलेल्या पंगतीवरून दिसत होतं. त्यांनी वडिलोपार्जित सगळी संपत्ती चळवळीच्या कामासाठी खर्च केली होती. ते म्हणाले, ''मला जे वाटलं ते मी आयुष्यभर केलं. आज हजारो तरुण मी उभ्या केलेल्या चळवळीचा भाग बनून 'गांधी' होऊन या देशाचा आधारवड बनले आहेत.''

बरंठ यांच्या अवतीभोवती वावरणारे समर्पित कार्यकर्ते पाहून त्यांच्या सांगण्याची प्रचीती येत होती.

चळवळीत अख्खं आयुष्य झोकून देणाऱ्या बरंठ यांनी जे उभं केलं, ते पुढच्या कित्येक पिढ्या घडवणारं होतं. मी त्यांचा निरोप घेतला आणि परतीच्या प्रवासाला लागलो.

बरंठकाकांचा निरोप घेताना मला हृषीकेश सकनूर (९०९६९२६०९१) याचा फोन आला. तो म्हणाला, ''फेसबुकवरची तुमची मालेगावविषयीची पोस्ट

डॉ. सुगन बरंठ

बुद्धप्रिय कबीर

हृषीकेश सकनूर

महेश गुंड

पाहिली. तुम्ही आता जळगावला जाणार आहात ना? मग रस्त्यात माझं गाव लागेल. तुम्ही नक्की या.''

आणि त्यानं मला त्याचा पत्ता दिला.

हृषीकेश सेवाभावी विचारांनी झपाटून गेलेला तरुण. लोकहित त्याच्या नसानसांत भिनलेलं जाणवलं.

हृषीकेश मूळचा परभणी जिल्ह्यातल्या कळगाववाडीचा. तो आमच्या 'यिन'च्या मंत्रिमंडळात सांस्कृतिक मंत्री होता. आपलं शिक्षण पूर्ण झाल्यावर त्यानं संघात पूर्ण वेळ काम करायचा निर्णय घेतला. गेल्या वर्षभरापासून तो धरणगाव इथं राहत आहे. घरदार, नातेवाईक या सगळ्यांचा त्याग करून तो त्याला ठरवून दिलेलं काम करत आहे...

त्यानं दिलेल्या पत्त्यावर आम्ही नियोजित वेळेपेक्षा दीड-दोन तास उशिरा पोचलो. कारण, रस्त्यांची अवस्था!

हृषीकेश एका लायब्ररीत राहतो. मला पाहून तो खूप आनंदित झाला. हृषीकेशसाठी दोनजण जेवणाचा डबा घेऊन आले होते. खानदेशी पद्धतीचं जेवण इथंच झालं. मूळचा लाजरा-बुजरा हृषीकेश वर्षभरात पूर्णपणे बदलला होता. राष्ट्रीय आणि आंतरराष्ट्रीय विषयांवर तो माझ्याशी अभ्यासपूर्ण पद्धतीनं बोलत होता. विविध विषयांच्या अभ्यासाची त्याची बैठक जबरदस्त होती. त्याहूनही अधिक त्याचा साधेपणा मनात ठसणारा होता. तो काय काम करतो? शाखेवर नेमकं चालतं काय? गावात काय होतं? यातून तरुणांचं मोठं संघटन होतं. सगळ्यात महत्त्वाचं म्हणजे, गावात थेट काम होतं आणि त्यातून घडतं बरंच काही! संघात काम करणाऱ्या काही मुस्लिम तरुणांशी हृषीकेशनं माझी भेट घडवून आणली. संघाची चळवळ मी एवढ्या जवळून कधी अनुभली नव्हती. हृषीकेशनं त्याचा दिनक्रम, कामाची पद्धत याविषयी

मला सांगितलं. त्यानं ज्या ज्या गावात कामं उभी केली होती, तिथं तिथं त्याला खूप मान दिला जात असल्याचं दिसलं. हृषीकेश वर्षभरासाठी इथं काम करायला आला होता. मात्र, ''आता आयुष्यभर हेच काम करायचं आहे,'' असं त्यानं मला सांगितलं. सगळं सोडून हृषीकेश पूर्ण वेळ या चळवळीला वाहून घेईल, असं मला कधीही वाटलं नव्हतं.

हृषीकेशचा निरोप घेऊन मी औरंगाबादकडे निघालो.

दुसऱ्या दिवशी विद्यापीठाच्या गेटमधून आत प्रवेश करत होतो.

तिथं हातात लाल निशाण घेऊन काही कामगारांचं आंदोलन सुरू होतं. एक उंच व्यक्ती 'झिंदाबाद झिंदाबाद, इन्किलाब झिंदाबाद'च्या घोषणा देत होती. मी थांबलो. घोषणा देणाऱ्या व्यक्तीचं भाषण सुरू झालं. भाषण ऐकून लोक टाळ्या वाजवत होते.

आंदोलन संपलं, आंदोलनकर्ते पांगले; पण भाषण करणारी ती व्यक्ती मात्र त्याच जागी काही विद्यार्थ्यांशी बोलत थांबली. विद्यार्थी गेल्यावर मी त्या व्यक्तीला भेटलो. बोललो. त्यांनी माझ्या बोलण्याला प्रतिसाद दिला. विषयावरून विषय निघत गेले. प्रा. राजेंद्र गोणारकर, प्रा. वैशाली प्रधान अशा अनेकांच्या ओळखी निघाल्या.

मी ज्या व्यक्तीशी बोलत होतो, त्या व्यक्तीचं नाव बुद्धप्रिय कबीर (९३७२७२०००१). अर्थात, त्यांचं मूळ नाव वेगळं आहे. ते नाव आहे संजय उबाळे. मात्र, बुद्ध आणि कबीर यांच्या भक्तीनं भारावून गेलेल्या उबाळे यांनी आपलं नामकरण 'बुद्धप्रिय कबीर' असं करून घेतलं. सर्व सरकारी कागदपत्रांमध्ये त्यांनी तसा बदल करून घेतला आहे. हॉकीचा खेळाडू असलेल्या बुद्धप्रिय यांनी 'डॉ. बाबासाहेब आंबेडकर कॉलेज'मध्ये जीएस होण्याचा मान पहिल्यांदा मिळवला. कॉलेजच्या विद्यार्थ्यांचे प्रश्न सोडवता सोडवता मराठवाड्यातल्या युवकांचे प्रश्नही बुद्धप्रिय व्यापक पातळीवर सोडवू लागले. विद्यापीठाच्या अनेक संघटनांचं अध्यक्षपद त्यांनी भूषवलं आहे.

''आता युवकांचे प्रश्न सोडवणं हेच माझं काम आहे,'' बुद्धप्रिय यांनी सांगितलं. 'फुले- शाहू-आंबेडकर यांच्या विचारांचा एक कट्टर कार्यकर्ता... आंबेडकरी चळवळीचा आधारवड' अशी त्यांची प्रतिमा त्यांच्या कामातून निर्माण झाली आहे.

बुद्धप्रिय यांचं वय आता पन्नाशीच्या पुढं आहे. घरदार, संसार काही नाही. चळवळीच्या कामासाठी आजही त्यांच्यात पंचविशीचा जोश कायम आहे. त्यांच्याशी बोलत बोलत आम्ही त्यांच्या घरी गेलो. घरात डॉ. बाबासाहेब आंबेडकर यांचा मोठा फोटो आणि बाकी सगळ्या घरात पुस्तकंच पुस्तकं.

पुरोगामी चळवळीचे अनेक पैलू बुद्धप्रिय यांनी मला उलगडून सांगितले. बुद्धप्रिय यांनी चळवळीला आपलं आयुष्य निःस्वार्थीपणे समर्पित केलं आहे.

बुद्धप्रिय हे आंबेडकरी चळवळीचा आणि लाल सलाम चळवळीचा खरा आधार असल्याचं त्यांच्याशी बोलताना जाणवलं. त्यांचा निरोप घेतला आणि पुढं निघालो.

नामांतराच्या आंदोलनाचं नेतृत्व करणाऱ्या बुद्धप्रिय यांची आठवण विद्यापीठाच्या प्रवेशद्वाराकडे पाहून पुन्हा आली.

औरंगाबादचा दोन दिवसांचा मुक्काम संपवून मी लातूरला निघालो. लातूरमध्ये सकाळी वर्तमानपत्र चाळताना मला प्रा. डॉ. दिलीप चव्हाण सरांची आठवण आली. ''लातूरला गेल्यावर महेश गुंड (८८३००२४६९३) या कार्यकर्त्याची भेट नक्कीच घ्या,'' असं सरांनी मला सांगितलं होतं आणि मी त्याच महेशविषयीची बातमी वाचत होतो. महेशनं आणि त्याच्या टीमनं संशोधन करून प्रकाशित केलेली पुस्तकं आज लातूरच्या चार मुख्य चौकांत मोफत वाटली जाणार होती. हे पुस्तकवाटप कुठं होणार आहे, याची तपशीलवार माहिती आमच्या 'सकाळ'मध्ये प्रसिद्ध झाली होती. मी त्या ठिकाणी पोचलो. एका बाजूला बरीचशी पुस्तकं आणि दुसऱ्या बाजूला ती पुस्तकं घेण्यासाठी लागलेली रांग असं चित्र मला तिथं दिसलं. गौतम बुद्ध, शिवाजी महाराज, तुकाराम महाराज, महात्मा फुले-सावित्रीबाई फुले, ताराबाई शिंदे, विठ्ठल रामजी शिंदे, शाहू महाराज, डॉ. बाबासाहेब आंबेडकर, पंजाबराव देशमुख, क्रांतिसिंह नाना पाटील, भगतसिंग, भाई उद्धवराव पाटील, कॉम्रेड शरद पाटील, फातिमा शेख यांच्या विचारांची, त्यांनी केलेल्या कार्याची माहिती देणारी ती पुस्तकं होती. दहा ते बारा युवकांचा एक ग्रुप ही पुस्तकं वाटण्याच्या कामात गुंतला होता. दोन ते अडीच हजार पुस्तकांचं वाटप दोन तासांत झालं. ज्यांना पुस्तकं दिली जात होती, त्यांची नावं आणि पत्ते लिहून घेण्याचं काम एक टीम करत होती. पुस्तकवाटप संपलं. मी त्या तरुणांच्या घोळक्यात

जाऊन विचारलं, ''आपल्यापैकी महेश गुंड कोण आहेत ?''

त्यावर ''ए, मी'' म्हणत एक तरुण पुढं आला. त्याला ओळख सांगितल्यावर तो म्हणाला, ''मला चव्हाण सरांनी तुमच्याविषयी सांगितलं होतं.''

रस्त्याच्या जरा कडेला जाऊन आमच्या गप्पा सुरू झाल्या.

महेशनं त्याच्या ग्रुपमध्ये काम करणाऱ्या भीम गडेराव, अखिलेश आयलाने, दत्ता पवार, रहीम शेख, अभिजित गणापुरे, नरेश गुणाले, श्याम माने, प्रशांत साखरे या तरुण मित्रांची ओळख करून दिली. पुस्तकवाटपाचा आणि त्यातून निर्माण झालेल्या चळवळीचा सर्व इतिहास-भूगोल समजून घेतल्यावर मी थक्क झालो. लातूर हे चळवळींचं माहेरघर आहे. माधव बावगे, सोमनाथ रोडे, राजकुमार रायवाडीकर हे चळवळीला इंधन पुरविणारे याच शहरातले. लातूरमध्ये खूप संघटना आणि चळवळी आहेत; पण महेश यांनी 'मराठा लिबरेशन टायगर' या नावानं संघटना स्थापन केली आहे. पन्नास जणांची टीम दर महिन्याला प्रत्येकी ठरावीक रक्कम जमा करते, त्यातून पुरोगामी विचारांची पुस्तकं प्रकाशित केली जातात.

ही पुस्तकं छापण्यासाठी महेश आणि त्याच्या मित्रांनी 'मराठा संस्कृती साहित्य मंडळ' या नावानं प्रकाशन संस्थाही स्थापन केली आहे. तरुणाईमध्ये जागरूकता यावी यासाठी हीच टीम लातूरमध्ये मोफत शिकवणीवर्गही घेते.

महेश म्हणाला, ''मी पूर्वी मराठा सेवासंघात काम करायचो; पण सतत कुणातरी जाती-धर्माला शिव्या देणं मला नाही आवडलं; म्हणून आम्ही ही संघटना काढली. अठरापगड जातींच्या बहुजनांसाठी काम करायचं या हेतूनं आम्ही एकत्रित आलो.''

महेशनं आणि त्याच्या सहकाऱ्यांनी पुढच्या तीन वर्षांचं नियोजन केलं आहे. या चार जणांप्रमाणे स्वतंत्र चळवळ चालवणारे, कुठल्या तरी चळवळीचा भाग असलेले अनेक जण आपल्या भोवताली असतात. हे सर्व जण समाजाचं स्वास्थ्य शाबूत ठेवण्याचं काम करतात. आपण अशा चळवळीचा भाग बनलो तर आपलंही आयुष्य सार्थकी लागेल.

सरसोती

सुदेश हिंगलासपूरकर यांचा सकाळी सकाळीच फोन आला.

''तू किती वाजेपर्यंत पोचशील ?'' त्यांनी विचारलं.

''अकरापर्यंत पोचेन.''

नवी मुंबईहून पार्ल्याचा रस्ता धरला. ट्रॅफिकमधून रस्ता काढत काढत ठरलेल्या ठिकाणी आम्ही पार्ल्याला भेटलो. सुदेश सर आणि त्यांच्या पत्नी शोभाताई मॅजेस्टिक बुक डेपोजवळ माझी वाट पाहत होत्या. मला पाहताच शोभाताई उत्साहानं ओरडल्या, ''सुदेश, तो पाहा संदीप आला.''

कवी–लेखक चळवळीत काम करणाऱ्या अनेकांचं आपल्या सर्व परिवाराशी नातं टिकवून ठेवण्यात शोभाताईंचा मोलाचा वाटा. मॅजेस्टिक बुक डेपोमध्ये काही अंक पाहायचे होते. अनिल कोठावळे यांच्या प्रकृतीची चौकशी करायची होती. हे

झाल्यावर ज्यांच्याकडे जायचं होतं, त्यांच्याकडे आम्ही निघालो. आपल्याला कुणाकडे जायचं आहे, ते काय करतात आणि त्यांचं वेगळेपण काय आहे, याची पुसटशी कल्पना मला सुदेश सरांनी अगोदर दिली होतीच. घराची बेल वाजवली. व्हीलचेअरवर असलेल्या बाईंनी दरवाजा उघडला.

आम्ही आत गेलो, बसलो. गप्पाटप्पा सुरू झाल्या. सुदेश सरांनी माझा परिचय करून दिला आणि ज्या विषयासंदर्भात ही भेट होत होती, त्या विषयाला सुदेश सरांनी सुरुवातही केली. मी ज्या दांपत्याला इथं भेटलो, त्या दांपत्याचं नाव अनुराधा गानू आणि वामन गानू. दोघंही उच्चशिक्षित, चार-चार पदव्या मिळवलेले. अनुराधाताई या अमेरिकेत सीए होत्या आणि वामन एक कंपनी चालवतात. दोघांनी अमेरिकेत खूप नावलौकिक मिळवला. आपल्या मातीसाठी काहीतरी करावं या उद्देशानं अमेरिकास्थित भारतीयांच्या माध्यमातून भारतातल्या अनेक सामाजिक संस्थांना त्यांनी मदत केली. अनुराधाताई यांना मराठी साहित्याची खूप आवड. मराठी भाषेवर अतिशय प्रेम. त्यांचं वाचनही दांडगं. त्यांचा हात लिहिता. त्यांच्याकडे संघटनकौशल्यही आहे.

अनुराधाताई म्हणाल्या, ''मी कवयित्री बहिणाबाई चौधरी यांचं सगळं साहित्य वाचलं. त्यांच्यावर इतरांनी लिहिलेली पुस्तकंही बरीच वाचली. त्यात आशालता कांबळेलिखित 'बहिणाबाईची कविता : एक आकलन' हेही पुस्तक माझ्या वाचनात आलं. शेतकरी कुटुंबात जन्मलेल्या बहिणाबाईंनी

अनुराधा गानू

आयुष्यात खूप काही भोगलं आणि जे भोगलं ते शब्दबद्ध करून ठेवलं. हे खूपच मोठं काम त्यांनी केलं; पण हे मोठं काम लोकांपर्यंत मात्र पाहिजे त्या प्रमाणात गेलं नाही. बहिणाबाई म्हटलं की 'अरे संसार संसार'च्या पलीकडे लोकांना फारसं माहीत नसतं. बहिणाबाईंच्या प्रतिभेच्या कवयित्री मराठीत फार कमी. बहिणाबाई प्रत्येकाला समजाव्यात यासाठी मीही काही लेखन केलं; पण ते फार अपुरं होतं. त्याही पलीकडे जाऊन बहिणाबाईंचं वेगळेपण पुढं यायला पाहिजे होतं. 'श्यामची आई' या चित्रपटाच्या माध्यमातून जसे सानेगुरुजी सगळ्यांसमोर आले, तशा बहिणाबाईही सगळ्यांसमोर यायला हव्यात या उद्देशानं मी 'माझी माय सरसोती' हे बहिणाबाईंवरचं नाटक लिहिलं. केवळ नाटक बघून तो संदेश लोकांना कितपत समजेल, या आशंकेनं नृत्यनाटिका ही संकल्पना पुढं आली आणि तिचा पहिला प्रयोग अमेरिकेत करण्यात आला. त्याला खूप प्रतिसाद मिळाला. त्या पैशातून आत्महत्याग्रस्त शेतकऱ्यांच्या कुटुंबांना मदत करण्यात आली होती.''

नाना व्याधींनी त्रस्त असणाऱ्या अनुराधाताई, आपल्याला कुठलाही आजार नाही, अशा पद्धतीनं व्हीलचेअरवरून वावरत होत्या. उत्साहानं त्यांच्या कामाविषयी सांगत होत्या.

आमचं बोलणं सुरू असतानाच त्या किचनमध्ये काहीतरी करण्यासाठी गेल्या. त्या किचनमध्ये गेल्याचं पाहून शोभाताईंना राहवलं नाही. त्याही उठल्या आणि त्यांच्या मागोमाग गेल्या. शोभाताईंनी त्यांना विनंती केली, ''तुम्ही त्यांच्यासोबत गप्पा मारा, किचनचं सगळं काम मी पाहते.'' तरीही त्या ऐकेनात. सुदेश सरांनी सांगितल्यावर त्या येऊन आमच्यासोबत गप्पा मारायला लागल्या. अनुराधाताई सध्या काही महिन्यांसाठी भारतात आल्या आहेत.

'माझी माय सरसोती' हे नाटक समाजातल्या शेवटच्या घटकापर्यंत पोचवण्यासाठी अनुराधाताईंचे पती वामनराव यांनी मोठाच पुढाकार घेतला. काही शो झाले आणि त्या शोंच्या माध्यमातून जमा झालेली रक्कम हराळी इथल्या शेतकऱ्यांसाठीच्या प्रकल्पाला देण्यात आली.

हराळी हे किल्लारी परिसरातल्या भूकंपग्रस्तांसाठी पुन्हा वसवलेलं गाव आहे.

अनुराधाताई म्हणाल्या, ''शेतकरी कुटुंबातल्या बहिणाबाईंचं लेखन बहुजनांसाठी होतं, शेतकऱ्यांसाठी होतं. त्या पार्श्वभूमीवर बहिणाबाईंवर लिहिलेल्या

'माझी माय सरसोती ' या बहिणाबाईंवरील नाटकातील एक प्रसंग.

या नाटकातून जी काही रक्कम मिळेल ती शेतकऱ्यांना मदत म्हणून द्यायची, या हेतूनंच हराळी हे गाव आम्ही निवडलं. यापूर्वीही हराळीतल्या शाळेच्या प्रकल्पासाठी सव्वाशे हजार डॉलर जमा करून ही रक्कम त्या प्रकल्पाला सुपूर्द करण्यात अनुराधाताईंनी पुढाकार घेतला होता. त्या रकमेपैकी पस्तीस हजार डॉलरची रक्कम एकट्या अनुराधाताईंनी दिली होती. अनुराधाताई विविध आजारांनी, व्याधींनी ग्रस्त आहेत. त्यांचं वावरणं आता बहुतकरून व्हीलचेअरवरूनच असतं. असं असलं तरीही 'काहीतरी करायचं' ही भावना त्यांच्या मनात कायम आहे.

दरम्यानच्या काळात शोभाताईंनी किचनमधलं काम आवरलं आणि आम्हा तिघांची ताटं वाढली होती. जेवताना पुन्हा गप्पा सुरू झाल्या.

शोभाताईंनी स्वत:ला वाढून घेतलं नव्हतं. मी त्यांना विचारलं,

''तुम्ही नाही का जेवणार ?

त्या म्हणाल्या ''आज गुरुवार. माझा उपवास आहे.''

नंतर सुदेश सरांच्या ताटातलं थोडंसं काहीतरी – उपवासाला चालणारं – त्यांनी खाल्लं.

आमचा विषय पुढं पुढं जात होता आणि त्यातून नवनवी माहिती कळत होती. अनुराधाताईंनी यापूर्वीही असे काही वेगळे प्रयोग केले होते. त्या प्रयोगांतून सामाजिक संदेशही पोचवला गेला होता आणि त्या प्रयोगांतून गोळा झालेली रक्कम गरिबांचे अश्रू पुसण्यासाठी वापरण्यात आली होती. यातून उभारी घेऊनच त्या बहिणाबाईंकडे वळल्या. बहिणाबाईंवर त्यांनी संशोधन केलं. बहिणाबाईंचं काम सगळ्यांसमोर आलं पाहिजे असं त्यांना तीव्रतेनं वाटू लागलं. हे काम अमेरिकेतल्या शोनंतर भारतातही गावोगावी जाऊन दाखवण्याच्या तयारीत त्या होत्या. त्याचा पहिला शो आमच्या भेटीच्या

दुसऱ्याच दिवशी पार्ल्याच्या 'दीनानाथ'मध्ये आयोजिण्यात आला होता. त्यांनी आम्हा तिघांना निमंत्रण दिलं.

सर्वसंपन्न असलेल्या आणि त्यातही अनेक आजारांमधून जात असलेल्या स्त्रीला लोकांसाठी काहीतरी करण्याची धडपड का करावीशी वाटत होती? एवढं काम करण्याची प्रेरणा, समाजाविषयीची तळमळ कुठून आली? असे प्रश्न पडले.

लोकांसाठी काहीतरी करण्याचा हेतू मनात ठेवून काम केलं, तर कुठलाही विषय सहजरीत्या मार्गी लावता येऊ शकतो, असंच मला अनुराधाताईंच्या कामाकडं पाहून वाटलं आणि माझ्या प्रश्नांची उत्तरंही मला मिळाली.

गप्पांमध्ये सहभागी होत वामनराव म्हणाले, ''तुझी तब्येत बरी नाही... तू काळजी घे... तू आराम केला पाहिजेस...'' असं आम्ही तिला कितीही सांगितलं तरी ती आमचं फारसं मनावर घेत नाही. ती आजारी असतानाही सलग अनेक दिवस नाटकाच्या सरावासाठी स्वतः उपस्थित राहून त्यात बदल सुचवायची.''

यावर अनुराधाताई मध्येच म्हणाल्या, ''मी कुठं आहे आजारी? मला जे करायचं आहे ते मी करत राहीन. तुम्ही सगळे माझ्यासोबत राहा म्हणजे झालं.''

'उद्या नाटकाला येतो', असं सांगून आम्ही गानू दांपत्याचा निरोप घेतला. अनुराधाताईंनी सांगितलेल्या काही गोष्टी माझ्या पक्क्या लक्षात राहिल्या. पहिली गोष्ट म्हणजे, जगताना खचून गेलेल्या प्रत्येक स्त्रीच्या मनात अनुराधाताईंना बहिणाबाईंचं साहित्य, त्यांचं जगणं रुजवायचं आहे. दुसरी गोष्ट ही की, अमेरिका ही जरी अनुराधाताईंची कर्मभूमी असली, तरी भारत ही त्यांची अर्थातच जन्मभूमी आहे आणि सानेगुरुजींच्या 'श्यामच्या आई'चे गाढ संस्कार त्यांच्यावर झालेले आहेत.

निरोपापूर्वीच्या गप्पांदरम्यान अनुराधाताईंनी सांगितलेला एक प्रसंग आठवला.

अनुराधाताई म्हणाल्या होत्या, ''एकदा श्याम, त्याच्या पायाला माती लागली तेव्हा 'पदरानं पूस' म्हणून आईकडे आग्रह धरतो. त्यावर आई त्याला म्हणते, 'पाय मातीनं अस्वच्छ होऊ नयेत, म्हणून तू पायांची जशी काळजी घेतोस, तशीच काळजी मनाचीही घे. मनसुद्धा स्वच्छ आणि साफ राहील हे पाहा.' हा विचार मनात ठेवूनच, मी माझ्याकडे जे काही आहे

त्यातला बहुतांश भाग हा स्वच्छ मनानं इतरांना देण्यासाठी पुढाकार घेतला. शेवटपर्यंत मला लोकांच्या उपयोगी पडता यावं असं मला वाटतं.''

त्या जे बोलत होत्या, त्या जे सांगत होत्या आणि त्या जे करू पाहत होत्या, ते माझ्या दृष्टीनं तसं अवघड काम होतं; पण त्यांनी ते केलं होतं. हराळी या गावाला किंवा कोकणातल्या मांगवली या गावाला जेवढी रक्कम त्यांनी देण्याचं कबूल केलं होतं, तेवढी रक्कम त्यांनी त्या गावाला दिली. म्हणजे एकेका वेळी लोककल्याणासाठी सव्वाशे हजार डॉलरची मदत मिळवून देणं हे काही सोपं काम नव्हतं; पण ते त्यांनी करून दाखवलं.

परतीच्या वाटेवर मी शोभाताईंना म्हणालो, ''शोभाताई, आपण महिन्यातून एखाद्या वेळी एखाद्या वाचनालयाला शंभर पुस्तकं भेट दिली, तर आपली छाती अभिमानानं भरून येते. आपण चार लोकांना सांगतो, 'मी त्यांना मदत केली बरं का,' मात्र, अनुराधाताईंसारखी एक स्त्री खूप मोठं काम उभं करतेय आणि तेही त्याचा गवगवा न करता!''

दुसऱ्या दिवशी आम्ही तिघंही नाटकाला गेलो.

आमच्यासोबत आज एक चौथा मेंबरही होता– धनश्री धारप.

नाटकाला सुरुवात झाली...

'अरे संसार संसार, जसा तवा चुल्ह्यावर
आधी हाताला चटके तेव्हा मिळते भाकर
अरे संसार संसार, खोटा कधी म्हनू नये
राउळाच्या कयसाले लोटा कधी म्हनू नये'

बहिणाबाईंचं गाणं वेगळ्या धाटणीत आणि वेगळ्या शैलीत आमच्यासमोर दिसत होतं आणि ऐकू येत होतं. नाटकाचं संगीत, कथेतला वेगळेपणा आणि ताकदीनं उभी केलेली, काळजात घुसणारी बहिणाबाईंची ती छबी... सगळंच उत्तम होतं.

मी बहिणाबाईंचं साहित्य वाचलं होतं. त्यांच्या काही कविता पाठही होत्या; पण बहिणाबाई एवढ्या मोठ्या आहेत, हे नाटक बघूनच माझ्या लक्षात आलं. सोनिया परचुरे, हर्षदा बोरकर, मिलिंद जोशी, अतुल जोशी, शीतल तळपदे या सगळ्यांनी आपापल्या भूमिका चोख वठवल्या होत्या. अतिशा नाईक, सुशांत शेलार, सुहास काळे आणि सोबत असणाऱ्या अठरा

तरुण कलाकारांनी केलेलं काम अगदी बिनतोड. नाटक संपलं आणि मी अनुराधाताईंना कडकडून मिठी मारली. त्यांनी मला घरी जे काही सांगितलं होतं, ते मी नाटकातून प्रत्यक्ष पाहिलं. व्यक्त होण्यासाठी माझ्याकडे शब्दच नव्हते. मी माझ्या भावना त्यांना मिठी मारून व्यक्त केल्या. त्यांचं सगळं सांगणं माझ्यापर्यंत पोचलं होतं आणि त्यासुद्धा ते इतर लोकांपर्यंत पोचवण्यात यशस्वी झाल्या होत्या, हे त्यांच्या डोळ्यांतले भाव पाहून मला जाणवत होतं. त्यांना भेटू इच्छिणाऱ्यांची खूप गर्दी होती. अर्ध्या तासानंतर ती गर्दी ओसरली आणि आम्ही पुन्हा अनुराधाताईंसमोर जाऊन उभे राहिलो. पार्ल्याच्या या शोनंतर मुंबईसह राज्यभरात हा शो त्या सर्वत्र करणार असून, त्याचं संपूर्ण नियोजनही तयार आहे. त्यांच्या तळमळीतून त्यांनी जे ठरवलं ते होणार होतं, यात शंका नव्हती.

आपण समाजाचं काही तरी देणं लागतो, आपल्यावर ज्यांनी संस्कार केले आहेत ते संस्कार अधिक लोकांपर्यंत पोचवणं हे आपलं आद्य काम असतं, त्यातूनच अनुराधाताईंनी हे शिवधनुष्य पेललं आहे.

बहिणाबाईंना 'सरसोती' असं म्हटलं जातं. माझ्या दृष्टीनं या काळातली 'सरसोती' अनुराधाताई आहेत. कारण, लोकांसाठी काहीतरी करायचं आणि आपल्या संस्कारांची व्याप्ती वाढवायची, ही त्यांची तळमळ आहे. अमेरिकी संस्कृतीत वाढलेल्या भारताच्या या 'सरसोती'नं उभं केलेलं काम आणि त्या आज करत असलेलं काम अजोड आहे. ''बाबा आमटे यांचाही विचार मला सर्वदूर पोचवायचा आहे,'' असं अनुराधाताईंनी सांगितलं. समाजहित जोपासण्याची जिद्द, त्यासाठीची पद्धत कशी असावी ? तर ती असावी अमेरिकी माय 'अनुराधा सरसोती' यांच्यासारखी. बरोबर ना!

कल्पकतेचा सुगंध चंदनापरी

शिकून-सवरून पुढं करायचं काय, हा गंभीर प्रश्न सध्या तरुणाईसमोर आहे. नोकरी शोधायची किंवा व्यवसाय करायचा म्हणजे नाना अडचणींना सामोरं जावं लागतं. तिथंही जम बसेल की नाही याची भीती. राज्यभर तरुणाईचा अभ्यास करताना अशी अनेक प्रकरणं पाहिली, जिथं तरुणाई अडचणीत सापडल्याचं पाहायला मिळालं. हा एक भाग आणि दुसरा भाग म्हणजे जिथं तरुणाईनं चांगले आणि जरा हट के प्रयोग केले; ज्या प्रयोगांनी जबरदस्त लोकप्रियता मिळवली, अशा प्रयोगांकडं तरुणाईचा कल अधिक जात नाही. त्याचं कारण, वेगळे प्रयोग करायला आणि ते प्रयोग यशस्वी होण्यासाठी कमालीचा संयम लागतो, चिकाटी लागते. ठरवलेलं ध्येय पूर्ण करण्यासाठी एक नियोजनबद्ध आखणी लागते. असा वेगळा आणि लोकांच्या कौतुकाला पात्र ठरलेला एक चांगला प्रयोग लातूरच्या युवकांनी सुरू केला असून, त्याची ख्याती भारतभर पसरली आहे.

लातूर जिल्ह्यात पाखरसावंगी नावाचं छोटंसं गाव आहे. या गावात 'सकाळ'च्या माध्यमातून सुरुवातीला दोन लाख रुपये खर्च करून जलसंधारणाची कामं झाली. पुढच्या टप्प्यात जलसंधारणाच्या कामासाठी रामेश्वर धुमाळ या तरुणानं आपल्या सर्व तरुण मित्रांच्या मदतीनं कोट्यवधी रुपयांपर्यंतची कामं लोकसहभागातून, सामाजिक मदतीतून उभी केली. गावाच्या आसपास खेळतं पाणी उपलब्ध होऊ लागलं. त्यातून अनेक छोटे-छोटे उद्योग पुढं येऊ लागले. एमआयडीसीच्या एका भागाची तहान या कामांमुळे भागू लागली. हातांना काम मिळू

लागलं. अनेक उपक्रम पुढं येऊ लागले. यातील सर्वांत चांगला उपक्रम म्हणजे धनंजय राऊत या तरुणानं केलेला प्रयोग. या प्रयोगाचं जाळं संपूर्ण भारतभर वाढलं. दरवर्षी पाच हजार रुपयांचा हा व्यवसाय तीन वर्षांत पंधरा कोटी रुपयांचा पल्ला पार करील, असं कुणाच्या ध्यानीमनीही आलं नसेल.

चंदनाच्या शेतीचं काम धनंजयनं ज्या पद्धतीनं उभं केलं, ते नोंद घेण्यासारखं आहे. हिमाचल प्रदेश, मध्यप्रदेश, गुजरात यांसारख्या १८ राज्यांमध्ये धनंजयचा प्रयोग पसरला आहे. शेकडो तरुणांच्या हाताला केवळ कामच मिळालं आहे असं नव्हे, तर कितीतरी युवकांनी नव्यानं चंदनशेती उभी करून व्यवसाय सुरू केला आहे. धनंजय हा एका गरीब शेतमजुराचा मुलगा. अठराविसे दारिद्र्य त्याच्या अनेक पिढ्यांच्या पाचवीला पुजलेलं. शिक्षण सोडाच; गावाबाहेरचं जग काय आहे, हे धनंजयच्या घरच्या एकाही सदस्याला माहीत नव्हतं. धनंजय शिकला, त्यानं बाहेरचं जग पाहिलं, तेही कुणाच्याही मदतीशिवाय. पुढं छोटी–मोठी नोकरी करावी किंवा छोटासा व्यवसाय करावा, असं धनंजयच्या कुटुंबीयांनी त्याला सुचवलं. सर्वांसारखं आपण करायचं नाही, या निग्रहातून धनंजयनं सत्यजित चंद्रशेखर राव या केरळमधल्या आपल्या मित्राला गाठलं आणि चंदनशेतीचा जबरदस्त धडा गिरवला. लातूर जिल्ह्यातल्या पाखरसावंगी या आपल्या गावात छोट्या जागेत चंदन रोपवाटिकांची, अन्य दुर्मीळ वनस्पतींची, सर्व प्रकारच्या फळझाडांची लागवड केली. पुढं वर्षभरात चंदनशेतीला

सुरुवात केली. ज्या ठिकाणी चंदनशेती आहे, त्या ठिकाणी जोडधंदा म्हणून हजार कोंबड्या पाळल्या आहेत. त्यांचं खाद्य याच शेतात आहे. धनंजयनं केवळ शेतीच केली नाही; तर इतरांनीही चंदनशेती कशी करावी, तसंच चंदन रोपवाटिका निर्माण करण्यापर्यंतचं जाळं संपूर्ण राज्यभर उभं केलं. यातून आसपासच्या आणि राज्यातल्या शेकडो युवकांना रोजगार मिळाला आहे.

चंदनशेती आणि सर्व प्रकारच्या रोपवाटिकांचं आर्थिक गणित फार मोठं आहे. हल्ली सतत घिरट्या घालणाऱ्या दुष्काळामुळे हे गणित थोडं अवघड झालं आहे खरं; पण हे गणित घाट्याचं बिलकूल नाही. कारण, चार वर्षं चंदनाच्या झाडाला पाणी फारच कमी लागतं, पुढं पाण्याची गरज नाही. धनंजय हा केवळ चंदनाची लागवड, रोपवाटिका करून थांबला नाही, तर त्यानं चंदनशेतीच्या संगोपनाचं काम राज्यभर उभं केलं. आज हजार एकरांपेक्षा जास्त क्षेत्रांत चंदनशेतीची लागवड आहे. संगोपनाचे त्याचे प्रयोग राज्यभर सुरू आहेत. एकट्या लातूरमध्ये अमित देशमुख यांनी १५० एकरांमध्ये चंदनशेतीची लागवड केली, त्याची पूर्ण जबाबदारी धनंजयवर आहे.

अमित यांच्या पत्नी अदिती देशमुख या शेतीचं काम पाहतात. त्या म्हणाल्या : ''चंदनशेती आणि विषमुक्त भाजीपाला शेती, ही माझी दोन वेगळी मॉडेल्स आहेत. वेगळे प्रयोग केल्याशिवाय आपण काय आहोत हे कधीही सिद्ध होणार नाही. धनंजय राऊत यांनी हे वेगळेपण सिद्ध केलं आहे.

धनंजय राऊत या युवकाने लातूरच्या पाखरसावंगी येथे मोठं काम उभं केलं

बाजूच्या एखाद्या शेतकऱ्यानं टोमॅटो लावले की दुसरा लगेच टोमॅटो लावतो. त्याला कुणी विचारणार नाही, त्याला भाव येणार नाही, हे आम्हाला लागवड करताना माहीत असतं. तरीही आम्ही तो प्रयोग करतो. असंच उच्चशिक्षित तरुणांविषयीही झालं आहे. सोबतच्यानं केलं म्हणून तो करतो, मित्रानं केलं म्हणून तो करतो. हे थांबलं पाहिजे.

धनंजयसोबत चंदनशेती आणि विषमुक्त शेतीचे प्रयोग करताना, आपण स्वत:च्या आयुष्यात वेगळं काही करतो, समाजासाठी वेगळं काहीतरी करतो, याचं समाधान मिळतं. मी स्वत: नाही, तरी माझ्या घरातला कुणीतरी एक सदस्य शेताच्या बांधावर काम करत असतो, म्हणून धनंजयनं आमच्या शेतात सुरू केलेल्या प्रयोगाला 'चार चाँद' लागले आहेत. आज अर्धी फिल्मसिटी सेंद्रिय पद्धतीनं पिकवलेला आमचा भाजीपाला महिनोन् महिने त्याच भावात आनंदानं खाते. कायम मागणी आणि तीही त्याच भावात हे शेतकऱ्यांना सोबत घेऊन घडतंय. त्याचं कारण वेगळे प्रयोग, धनंजयसारख्या युवकांची जिद्द, चिकाटी आणि मेहनत असंच म्हणता येईल.''

धनंजयची पत्नी भाग्यश्री राऊत म्हणाल्या, ''आम्ही सुरू केलेले सर्व प्रयोग पाहण्यासाठी देश-विदेशांतल्या पाहुण्यांची दिवसभर लगबग सुरू असते. आम्ही पूर्वी गावात राहायचो; मग अवघं कुटुंब शेतात हलवलं. धनंजय हे १५-१५ दिवस भारतभर फिरतात. त्यांची बाकीची सर्व कामं आणि कुटुंबाची सर्व जबाबदारी मी सांभाळते. धनंजय यांना त्यांच्या प्रयोगानं झपाटलं आहे, ते तासन् तास त्यात घालवतात. आम्ही कुणीही त्यांना 'तुम्ही हे करू नका', असं म्हणत नाही.'' धनंजयनं विकसित केलेल्या गुगळ या वनस्पतीनं त्यांना वेगळी ओळख दिली आहे.

उच्चशिक्षित मुलांमधून किती जणांच्या हाताला काम मिळतंय हा प्रश्नच आहे, त्यामुळे 'शिकून काही फायदा नाही, आम्ही बेकारच राहणार आहोत',

अनेक शेतकरी राऊत यांचे शेतीमधील प्रयोग पाहण्यासाठी येतात.

हे अकरावीपासूनच मुलांच्या मनावर बिंबवलं जातं. त्यातून नैराश्य, आळशीपणा आणि भव्य स्वप्न न पाहणं हे आपसूकच घडत जातं. मग नैराश्यातून आत्महत्या, बेकारीतून आत्महत्या, वडिलांच्या कर्जाला कंटाळून आत्महत्या... अशा बातम्यांचं प्रमाण आता वाढलं आहे. त्याचं कारण सर्वांना एकाच पद्धतीची नोकरी हवी असते. सर्वांना एकाच पद्धतीनं व्यवसाय सुरू करायचा असतो. खूप शिकलं की सर्वांच्या अपेक्षा खूप वाढतात.

माझ्या पाटनूर गावातलं उदाहरण तसं ताजं आहे. रवी रेनेवाड या तरुणानं विद्यापीठाच्या चार पदव्या मिळवल्या. अत्यंत हलाखीची परिस्थिती. शिक्षण मिळवून पुढं काय ? कुठंही यश मिळेना. छोटी-मोठी कामं करून, व्यवसाय करून समाधान होईना. घरचे सर्व जण समजदार; पण रवीचं मन साथ देईना. या सगळ्याचा रवीच्या डोक्यावर परिणाम झाला आणि मग त्यानं गळ्यात दगड बांधून विहिरीत उडी घेतली. असे कितीतरी 'रवी' आज नैराश्यातून स्वत:ला संपवायला निघाले आहेत. जे असं करत नाहीत, ते समाजाच्या चौकटीत राहून जगण्यासाठी हात-पाय हलवतात आणि तरतात. वेगळं काहीतरी करतात, संयम बाळगतात. त्यातून त्यांच्या आयुष्याच्या भ्रमंतीला लाइव्ह स्थान मिळतं.

धनंजयची ती ४-५ वाक्यं मला फार महत्त्वाची वाटतात. तो म्हणतो, ''केरळमध्ये मी दोनशे वर्षांचं जुनं एक चंदनाचं झाड पाहिलं. त्या झाडाची किंमत तीन कोटींच्या वर असेल ते झाड कापल्यावर. उभ्या झाडानं अनेक वर्षं अनेकांचं मस्तक शाबूत ठेवण्याचं काम केलं आहे. त्या तीन कोटींपेक्षा हे जास्त महत्त्वाचं आहे. माझं किंवा आम्हा सर्वांचं काम या चंदनाच्या झाडासारखं असलं पाहिजे. जिवंतपणीही लोकांसाठी आणि मेल्यावरही लोकांसाठी....''

मराठीतला हॅरी पॉटर!

बालसाहित्यात स्वत:चं स्वतंत्र स्थान निर्माण करणारे प्राचार्य डॉ. सुरेश सावंत सर मुलांच्या भावविश्वात रमणारे हाडाचे शिक्षक आहेत. सावंत सरांची सोशल मीडियावरची एक पोस्ट मी नांदेडमध्ये असताना वाचली.

दहावीतल्या मुलानं कादंबरी लिहिली असल्याचा उल्लेख त्या पोस्टमध्ये होता. त्या मुलाविषयी आणि कादंबरीविषयी सरांनी जे वर्णन केलं होतं ते वाचून त्या मुलाला भेटावं, ती कादंबरी वाचावी असं कुणाही साहित्यप्रेमीला वाटावं. सरांकडूनच त्या मुलाचा पत्ता आणि फोन नंबर मिळवला. दुसऱ्या दिवशी त्या मुलाच्या घरी जाऊन पोचलो. भाग्यनगर हा नांदेडमधल्या साहित्यिकांचा–विचारवंतांचा परिसर.

ज्येष्ठ साहित्यिक–विचारवंत नरहर कुरुंदकर इथंच राहायचे.

सदाशिवराव पाटीलही इथंच राहतात. मी ज्या मुलाला भेटायला निघालो होतो, त्या मुलाचं घर ज्येष्ठ साहित्यिक भु. द. वाडीकर सरांच्या घराशेजारी आहे. मी घरात प्रवेश केला. येणार असल्याची पूर्वसूचना दिल्यानं ते माझी वाटच पाहत होते. खुशाली विचारून झाल्यावर मी मुख्य विषयाकडे वळलो.

'सध्याच्या पिढीला वाचनाची आवड नाही... इंग्रजी साहित्य आपली वेगळी उंची गाठून आहे... मुलं शिक्षण सोडून वेगळे प्रयोग करत नाहीत...' असा नकारात्मक दृष्टिकोन आपल्याकडे हल्ली खूप वाढला आहे. मात्र, त्या घरातल्या सगळ्या लोकांना जेव्हा मी भेटलो, तेव्हा अशा नकारात्मक दृष्टिकोनाच्या नेमकं उलट चित्र पाहायला मिळालं. या घरात सगळं काही अगदी पर्फेक्ट आणि बरोबर चाललं होतं. मी ज्या मुलाला भेटायला गेलो होतो, त्याचं नाव नचिकेत मेकाले (९९२३९७१२६१). तो सध्या दहावीत आहे. त्यानं एक जबरदस्त कादंबरी लिहिली आहे. तिचं नाव आहे, 'नचिकेत मेकाले आणि गूढ गोष्टींचे जग'. १२३ पानांच्या या कादंबरीतून एक वेगळंच भावविश्व उलगडत जातं. या मुलाच्या भावविश्वातून, कल्पनाविश्वातून त्यानं जे काही मांडलंय त्याला तोड नाही, असं मला वाटलं.

मी नचिकेतशी बोललो. शाळांमधली परिस्थिती, नचिकेतच्या वयाच्या मुलांची मानसिकता आणि आजूबाजूला जे काही पेरलं गेलेलं आहे, त्याचा त्याच्या वयातील मुलांच्या मनावर होणारा परिणाम... असे सगळे बारकावे

नचिकेत मेकाले

मी टिपत होतो. मराठी, हिंदी, इंग्रजी या भाषांमधली अनेक पुस्तकं नचिकेतच्या घरात आहेत. नचिकेतचे वडील केशव मेकाले हे शिक्षण विस्तार अधिकारी आहेत. आई नंदिनी शिक्षिका आहेत. बहीण निकिजा बारावीत शिकते. मी या दोन्ही भावंडांच्या आतापर्यंतच्या शैक्षणिक प्रगतीबद्दलची माहिती घेतली. नचिकेत स्कॉलरशिप परीक्षा, नवोदय परीक्षा, बुद्धिबळ अशा सगळ्यांमध्ये अव्वल. पहिलीपासूनच त्याला वाचनाची आवड निर्माण झाली. त्यानं खूप कथा–कादंबऱ्या वाचल्या आहेत आणि त्या वाचनातून त्याच्यात आत्मविश्वास निर्माण झाला आहे.

जे. के. रौलिंग यांची अतिशय गाजलेली 'हॅरी पॉटर' ही कादंबरी मालिका जगभरातल्या साहित्यप्रेमींना माहीत आहेच. या मालिकेअंतर्गत नऊ वेगवेगळे भाग प्रकाशित झालेले आहेत आणि त्या भागांवर नऊ चित्रपटही झळकले आहेत. शाळकरी वयातल्या जवळपास सगळ्याच मुलांना हे चित्रपट आवडतात. त्यातून त्यांचं काल्पनिक जग मोठ्या प्रमाणात विस्तारलं जातं.

नचिकेत म्हणाला, ''जेव्हा मी एखादी कादंबरी वाचतो तेव्हा तिच्यातल्या पात्रामध्ये मी शिरतो आणि आपणच ते पात्र आहोत असं मला वाटतं. कादंबरीत पुढं जे जे घडतं, ते ते मीच करतोय असा मला भास होतो.''

नचिकेतला ही दृष्टी आली कशी याचा मागोवा घेत, आपल्याला काही सापडतंय का हे पाहत होतो. त्याच्या आतापर्यंतच्या वेगवेगळ्या प्रमाणपत्रांमध्ये एका पत्राची झेरॉक्स प्रत आढळली. मी ते तीनपानी पत्र वाचलं. किती धक्कादायक प्रकार आपल्याकडे सुरू आहे आणि त्याची जाण एवढ्या छोट्या मुलाला आहे, असं ते पत्र वाचल्यावर माझ्या लक्षात आलं. जे या लहान मुलाला कळतं ते शिक्षण विभागाला कळत नसेल का, असाही प्रश्न मला पडला.

नचिकेतनं ते पत्र नांदेडचे तत्कालीन जिल्हाधिकारी श्रीकर परदेशी यांना लिहिलं होतं. 'कॉपीमुक्त परीक्षा' हा पॅटर्न परदेशी

यांनी त्यांच्या काळात राबवला होता. ते बदलून गेल्यानंतर परत मागच्यासारखेच घाणेरडे प्रकार परीक्षेदरम्यान नांदेड जिल्ह्यात सुरू झाले होते. ते पाहून नचिकेतला चीड आली होती. घरात वडील शिक्षण खात्यात अधिकारी, आई शिक्षिका... त्यामुळे हा विषय घरात चर्चिला जायचा. नचिकेतच्या त्या पत्राची त्या वेळी समाजमाध्यमांत खूप चर्चा झाली होती.

'मुलांची बदललेली मानसिकता, त्याला कारणीभूत असलेलं घरातलं आणि शाळेतलं वातावरण, 'तू हेच बनलं पाहिजेस, तू हेच वाचलं पाहिजेस,' असं आई-वडिलांकडून मुलांवर सतत टाकलं जाणारं दडपण, यामुळे 'टॅलेंट' असूनसुद्धा मुलं वैफल्यग्रस्त-निराशाग्रस्त होतात. कुठल्याच परीक्षेला सामोरं जाण्याची ताकद त्यांच्यात उरत नाही...' नचिकेत त्याचे विचार व्यक्त करत होता...

नचिकेतचे वडील केशव मेकाले म्हणाले, ''शिक्षणातला गोडवा हरवत चालला आहे. मुलांना स्वातंत्र्य राहिलं नाही आणि त्यातून त्यांची गळचेपीही होते. 'तू इतकेच गुण मिळवले पाहिजेस,' असं जेव्हा पालक मुलांना सांगतात, तेव्हा ते मुलांवर दडपण आणत असतात. तिथून त्यांची गळचेपी व्हायला सुरुवात होते.''

नचिकेतच्या आई नंदिनी म्हणाल्या, ''ग्रामीण भागातल्या मुलांमध्ये खूप 'टॅलेंट' आहे; पण त्यांच्यात आत्मविश्वास नाही. गरिबीमुळे, दारिद्र्यामुळे त्यांच्यातला आत्मविश्वास हरवला आहे. शासनाच्या वतीनं उचललं जाणारं पाऊल, एकूण परिस्थिती, उराशी बाळगलेलं स्वप्न यांतून त्यांच्या हाती काही लागणं कठीण होऊन जातं.''

नचिकेतचे आई-वडील मला जे काही सांगत होते, ते सकारात्मक बदल कसे केले जाऊ शकतात याबद्दल. कदाचित हीच सकारात्मकता नचिकेतमध्येही उतरली असावी आणि त्यातूनच त्यानं पहिलीपासून आतापर्यंत पंच्याण्णव टक्क्यांचा आकडा कधीच सोडला नाही. घरात होणारे संस्कार, शाळेत होणारे संस्कार, त्या संस्कारांना पालकांकडून किती प्रमाणात मोकळीक मिळते यावर मुलं फुलतात. नचिकेतच्या बाबतीत हे चांगल्या प्रकारे घडलं आहे.

नचिकेतला आयएएस व्हायचं आहे ते पगार आणि प्रतिष्ठा मिळवण्यासाठी नव्हे, तर ज्यांना शिक्षण मिळत नाही त्यांना शिक्षण मिळावं यासाठी. तो जे काही ठरवेल तसा तो नक्की बनेल, असंच दर्शवणारी त्याची आजवरची

प्रगती आहे. नचिकेतनं त्याची कादंबरी माझ्या हातात ठेवली आणि तो माझ्या पाया पडण्यासाठी वाकला. त्याला तसं करू न देता मी त्याला आलिंगन दिलं आणि म्हणालो, ''खूप मोठा हो. जे. के. रौलिंग यांच्या 'हॅरी पॉटर'च्याही पुढची झेप तू लेखनात घे आणि ते लेखन तुझ्या हातून मराठीतून होऊ दे.''

नंतर मी त्याला म्हणालो, ''तुझ्या या पुस्तकावर मला तुझी सही पाहिजे!'' यावर त्यानं त्याच्या आईकडे, मग वडिलांकडे आणि मग बहिणीकडे पाहिलं. त्याला तिघांकडूनही काही उत्तर आलं नाही. परत त्यानं आईकडे बघितलं आणि माझ्या हातातलं पुस्तक घेऊन त्यावर आपला 'ऑटोग्राफ' दिला!

सही करून झाल्यावर मी त्याला विचारलं, ''सही मागितल्यावर तू मध्येच थबकलास का? आणि शेवटी आईकडे बघून सही का दिलीस?''

तो म्हणाला, ''मी जे करतोय ते बरोबर आहे की नाही हे मला माझ्या आईच्या डोळ्यांत दिसतं!''

नचिकेतचा निरोप घेतला आणि मी निघालो. मुलं चांगली घडतात, बनतात, त्याच्या मागं घरचं वातावरण सगळ्यात महत्त्वाचं असतं आणि ते वातावरण नचिकेतला मिळालं आहे. घरी आल्यानंतर मी कादंबरी वाचली. कादंबरीत दोन विश्वं आहेत. एक आपली वास्तविक दुनिया आणि दुसरी ती काल्पनिक दुनिया. पहिल्या विश्वात नचिकेत हा सुशांत, ईशांत, अनोज, ओंकार, शुभम्, सिद्धार्थ, अभिनव या मित्रांसोबत वेगवेगळे प्रयोग करतो आणि ते प्रयोग अफलातून असतात. मुक्तपणे जंगलात संचार करून, मुक्तपणे समुद्रात विहार करून तिथले बारकावे आणि सगळं चकित करून सोडणारं भावविश्व या पहिल्या भागात मांडण्यात आलं आहे. आपल्या दुनियेतून नचिकेत जेव्हा दुसऱ्या कल्पनिक दुनियेत प्रवेश करतो, तेव्हा तिथं त्याला रॉबर्ट, स्टाइन फॉस्ड्, किंगो, स्क्रिशो बक्शी, आर्किल मिश्की असे मित्र भेटतात. हे सगळे मिळून तिथं असणाऱ्या एका दुष्ट माणसाचा पराभव करतात. जिथं जिथं वाईट गोष्टी आहेत, वाईट शक्ती आहेत, त्या संपवण्याचा प्रयत्न कादंबरीच्या दोन्ही भागांमध्ये केलेला आहे. या कादंबरीतल्या नायकासोबत असणारी तनिष्क आणि ऋद्धिका ही दोन पात्रं कमालीची खिळवून ठेवतात. प्रत्येक मुलाला आवडेल असं 'मटेरिअल' मुलांच्याच भाषेत आणण्याचं, ते टिकवून ठेवण्याचं काम नचिकेतनं केलं आहे.

या कादंबरीला आकार देण्याचं काम प्राचार्य डॉ. सावंत सरांनी केलं आहे. मराठवाड्यातल्या अनेक नवोदित साहित्यिकांना उभं करण्याचं आणि त्यांच्या लेखणीला बळ देण्याचं फार मोठं काम सावंत सरांनी केलं आहे.

या विषयाच्या अनुषंगानं मी त्यांना भेटलो. ते म्हणाले, ''हा मुलगा मराठीतला मोठा साहित्यिक होईल. कल्पनाविश्व उभं करण्याची त्याच्यातली ताकद अद्भुत आहे. 'गूढ गोष्टींचं जग' ही एक फँटसी आहे. बाल-कुमारांना अद्भुतरम्यता फार आवडते.''

नचिकेत हाच या फँटसीचा नायक आहे. बुद्धी, ताकद आणि हिंमत यांचा त्रिवेणी संगम या नायकात झालेला आहे. त्याची मित्रमंडळीही कल्पक आहेत. सुष्ट प्रवृत्तीनं दुष्ट प्रवृत्तीवर मिळवलेला विजय हा या कथेचा मध्यवर्ती आशय. या फँटसीत नचिकेतनं अफलातून कल्पनांसह त्याचं स्वप्न गुंफलं आहे. या फँटसीत जसं नचिकेतचं स्वप्नरंजन आहे, तशीच त्याची दूरदृष्टीही तीत दिसून येते. कुमारवयाची जी गरज असते ते साहस, ते शौर्यही या कथेत आहे.

आपण राहतो त्या वास्तव जगाशिवाय आणखीही एक जग असतं, ते अद्भुतरम्य असतं, नानाविध चमत्कृतींनी भरलेलं असतं. त्या जगात जलपरी आहे, फिनिक्स आहे, महाकाय धबधबा आहे, मनोहारी निसर्गसौंदर्य आहे, जादूई प्रयोग आहेत, जादूच्या वस्तूंची दुकानं आहेत, कार्टूनसारखी दिसणारी विचित्र माणसं आहेत, हवेत तरंगणारी पुस्तकं आहेत, पुस्तकांत व्हिडीओ आहेत, युनिकॉर्न नावाचा घोड्याच्या आकाराचा पक्षी आहे, जादूची छडी आहे, जादूची अंगठी आहे, तरंगत्या गाड्या आहेत, इथल्या घराचं छत उघडलं जातं, भिंती गायब होतात. या फँटसीची भाषा खास आजच्या कुमारांची भाषा आहे. या कथेत विज्ञानाचं आणि चमत्कारांचं बेमालूम मिश्रण आहे. एक रोमहर्षक नाट्यही आहे. नचिकेतच्या रूपानं मराठी बालसाहित्याला एक हीरो गवसला आहे, असं मला वाटतं.

सामान्यत: प्रौढ व्यक्ती ज्या विश्वात प्रवेशच करू शकत नाहीत, अशा रोमांचकारी विश्वाची सफर नचिकेतनं वाचकांना घडवली आहे. आशयाच्या आणि अभिव्यक्तीच्या अंगानं पाहिल्यास ही एक अस्सल कलाकृती आहे. नाट्यमय घटनांनी, प्रसंगांनी भरलेली ही फँटसी खिळवून ठेवते.

या कादंबरीवर ज्यांनी ज्यांनी सोशल मीडियातून माझ्याशी भाष्य केलं होतं, त्यांत उपशिक्षणाधिकारी नामदेव माळी हेसुद्धा एक होते. माळी सरांशी मी जेव्हा बोललो तेव्हा ते म्हणाले, ''बाळाचे पाय पाळण्यात दिसतात, तसा हा प्रकार आहे. दहावीला असलेला एक मुलगा इतकं छान लेखन करू शकतो, यावर कुणाचाही विश्वास बसणार नाही. ग्रामीण भागात आमचं खरं टॅलेंट आहे.''

एका दहावीच्या मुलानं कादंबरी लिहिली, ती कादंबरी उत्कृष्ट आहे, त्यानं जगावेगळा प्रयोग केलाय, असा हा विषय अजिबात नाही. विषय त्यापलीकडचा आहे, तो म्हणजे एखाद्या दहावीच्या मुलाला 'मी हॅरी पॉटरसारखी कादंबरी दोन महिन्यांत लिहू शकतो,' असा आत्मविश्वास येण्याचा. विषय आहे ठरवून दिलेल्या वेळेत ते काम त्यानं पूर्ण केल्याचा आणि त्याहीपलीकडे जाऊन, यासारखेच मी अनेक विषय पुढं निर्माण करणार आहे, या नचिकेतमध्ये आलेल्या आत्मविश्वासाचा. परीक्षेचं आणि अपेक्षांचं ओझं वाहून आपलं जगणं खुजं करून बसलेल्या त्या प्रत्येक मुलाला 'आपण नचिकेत व्हावं' असं वाटतं; पण त्यांना यश मिळत नाही. त्याचं कारण, त्यांच्या भोवतालच्या वातावरणात असलेला खुजेपणा, त्यांच्या आई–वडिलांच्या मानसिकतेमध्ये असलेला खुजेपणा हेच आहे. मराठीत हॅरी पॉटरसारखंच काहीतरी घडावं याची कल्पना खडकमांजरीसारख्या छोट्याशा गावात जन्मलेल्या नचिकेतला सुचून त्याची अंमलबजावणी होते, ही बाब नोंद घेण्यासारखी आहे. ज्यांना मराठीतला हॅरी पॉटर बनायचं आहे असे अनेक 'नचिकेत' गावागावांत आहेत. प्रश्न एवढाच आहे, की आपण त्यांच्यावर फुंकर कशी घालतो...!

आई तुझी आठवण येते!

बुलडाण्यातील 'ती' सकाळ माझ्यासाठी वेगळी होती. कारण, गेले तीन दिवस मी पश्चिम महाराष्ट्रात पावसाच्या वातावरणात घालवले होते आणि इकडं विदर्भात बुलडाण्यात पाऊस एकदम गायबच होता. ऑफिसची कामं आटोपली. पिठलं-भाकरी मिळेल अशा छोट्याशा हॉटेलात मी आणि माझे सहकारी जेवायला गेलो. दोन घास पोटात गेले नसतील तोच मला एक फोन आला.

''नमस्कार. मी खामगाववरून कविता रमेश आटोळे (संपर्क : ९४०३४७५८५६) बोलतेय. तुमचं 'मु. पो. आई' नावाचं पुस्तक मला पद्मजा वासुदेव या मुंबईतल्या लेखिका मैत्रिणीनं पाठवलं. पुस्तक वाचून मला खूप आनंद झाला...''

कविताताईंच्या स्वरातला आनंद लपत नव्हता.

मी 'धन्यवाद' म्हणालो आणि त्यानंतरही कविताताईंचं बोलणं सुरूच होतं. आई हा विषय आपल्या किती आवडीचा आहे आणि त्यावर आपण किती वेगवेगळ्या पद्धतीनं काम केलंय, करतोय याचे अनेक दाखले त्यांनी मला फोनवरून बोलताना दिले.

त्या बोलत होत्या आणि मी ऐकत होतो.

''सहा महिन्यांत 'मु. पो. आई'च्या तेरा आवृत्ती निघाल्या ही कमालच आहे ना? तुमच्या आईचा आशीर्वाद... बाकी काय?'' असं म्हणत एकदाचं त्यांनी त्यांचं बोलणं थांबवलं. कविताताईंनी मला जे काही सांगितलं ते सगळं हटके होतं, वेगळं होतं.

मी म्हणालो, ''तुमचं गाव कोणतं? तुम्ही राहता कुठं?''

त्या म्हणाल्या, ''मी मूळची कुरणगाडा इथली; पण सध्या खामगावला स्थायिक आहे.''

मी पुन्हा एकदा त्यांना धन्यवाद दिले आणि फोन ठेवून दिला.

माझं जेवण सुरू होतं; पण कविताताईंनी सांगितलेले ते सगळे विषय डोक्यात घुमू लागले. ऑफिसचं काम आटोपलं होतं. उरलेलं काम फोनच्या माध्यमातून मार्गी लागणार होतं. कविताताईंना परत फोन केला आणि म्हणालो, ''ताई, मी येतोय बरं का खामगावला तुम्हाला भेटायला.''

'मी थेट घरी येतोय' असा माझा निरोप फोनवरच्या बोलण्यानंतर अवघ्या अर्ध्या तासातच ऐकून कविताताईंना धक्का बसणं साहजिकच होतं. बुलडाण्याहून निघाल्यावर खामगावपर्यंत 'आई' या विषयासंदर्भातल्या अनेक आठवणी माझ्या मनात येत होत्या. प्रत्येकाच्या आयुष्यात आईबाबतचा एक कप्पा असतो आणि तो कप्पा कधी लेखनाच्या, तर कधी संवादाच्या माध्यमातून समोर येतो, तेव्हा माणूस हळवा बनतो. 'मु. पो. आई' या पुस्तकाच्या माध्यमातून मी अनेक मुलांचं आणि त्यांच्या आईचं हळवेपण अनुभवलं होतं. आज ज्या कविताताईंकडं मी निघालो होतो, त्या अशाच एका आईच्या वेगळ्या विश्वात मला घेऊन जाणार होत्या. कविताताई यांच्याशी काय बोलावं, त्यांच्याशी कुठल्या विषयाच्या अनुषंगानं चर्चा करावी याचा आराखडा माझ्या

मनात तयार होत होता. कविताताईंनी दिलेल्या पत्त्यावर मी पोचलो. खुशालीच्या गप्पा झाल्यावर मी मुख्य विषयाकडं वळलो आणि विषयाच्या अनुषंगानं कविताताईंना बोलतं केलं.

'आई' या विषयावर एकीकडं त्या भरभरून बोलत होत्या आणि दुसरीकडं अश्रूंना वाट मोकळी करून देत होत्या. त्यांची सगळी कथा ऐकल्यावर मीही भावविवश झालो. कविताताईंना आठ भाऊ आणि एक बहीण. ११ वर्षांपूर्वी कविताताईंची आई गेली.

आईच्या आठवणींनी हळव्या झालेल्या कविताताईंनी आईवरच्या कवितांची १४ पुस्तकं काढली. कवितांच्या माध्यमातून त्यांनी आईविषयीच्या सगळ्या आठवणी जागवल्या आहेत. त्यांची ती सगळी पुस्तकं माझ्यासमोर होती. प्रत्येक कवितेच्या शब्दामधून त्यांचे आणि त्यांच्या आईचे भावानुबंध डोळ्यांसमोर येत होते.

'आई हाक अशी
देवही आळवती
आईची प्रतिमा अशी
पंढरीच्या पांडुरंगासारखी'

किंवा

'आई आई म्हणत रडत बसते मी

कविता आटोळे

तिला चितेवर जळताना पाहिले मी
चंद्र–तारेही उदासले तेव्हा
फुले–कळ्याही कोमजल्या तेव्हा'

अशा भावनिक कविता कागदावर उतरवून त्या कविता महाराष्ट्राच्या कोनाकोपऱ्यात पोचवण्याचं काम कविताताईंनी केलं आहे.

कविताताई म्हणाल्या, ''माझी आई पंढरपूरच्या पांडुरंगाची भक्त होती. ती पंढरीला आपलं माहेर समजायची. माझ्या नवऱ्यानं आणलेलं पंढरपुरातलं जांभळ्या रंगाचं शेवटचं लुगडं तिनं शेवटपर्यंत आपल्या उश्याला ठेवलं होतं. त्याच लुगड्यावर आम्ही तिला शेवटचा निरोप दिला. 'आईच्या चितेला मी अग्नी द्यावा अशी माझी इच्छा आहे,' अशी विनंती मी माझ्या भावांकडं केली आणि तसं करण्याचा अधिकार भावांनीही मला दिला. आईच्या चपलाही मी भक्तिभावानं जपून ठेवल्या आहेत.''

आईला काय आवडायचं, ती किती हळवी होती आणि जणू देवाचंच रूप होती, हे कविताताई मला तन्मयतेनं सांगत होत्या. मुली आईविषयी किती हळव्या असतात आणि त्याच हळव्या मुलींची आई जर हयात नसेल, तर जुन्या आठवणींमुळे त्यांना अश्रू अनावर होऊन त्या किती भावूक होतात, हे मी प्रत्यक्ष पाहत होतो.

कविता आटोळे यांनी आईवर लिहलेली सर्व पुस्तकं.

''आई गेली हे जेव्हा कळतं त्या क्षणी आपलाही जीव गेलेला असतो! नऊ महिने आपण ज्या गर्भात वाढतो त्या गर्भाची, त्या शरीराची घट्ट नाळ आपल्या मनाशी जोडलेली असते, म्हणूनच आई आपल्या शरीराचा दुसरा भाग असते...'' असं खूप काही अंतर्मुख होऊन कविताताई बोलत होत्या.

आपण जेवढं कमावतो त्यातून दरवर्षी चार लोकांना तरी पंढरीच्या पांडुरंगाच्या दर्शनाला घेऊन जायचं आणि त्या माध्यमातून आपल्या आईची आठवण जागवायची, हा नित्यक्रम कविताताईंनी जपला आहे. आईच्या पुण्यतिथीला गरजूंच्या डोळ्यांच्या शस्त्रक्रिया, स्त्री-भ्रूणहत्येसंदर्भात जागरूकतेचे कार्यक्रम, 'लेक शिकवा' आदी मोहिमांच्या माध्यमातून त्यांनी आईच्या आठवणी जिवंत ठेवल्या आहेत...

कविताताईंच्या आई वत्सला शेळके यादेखील कवयित्री होत्या. त्या भजनं उत्तम म्हणायच्या. भोणगाव हे वत्सलाबाईंचं गाव. घरचा सांस्कृतिक ठेवा वत्सलाबाईंकडं आला आणि वत्सलाबाईंचा ठेवा कविताताईंकडं आला आणि मग ती कविता फुलत गेली. कवितेचा वेलू मांडवावर दूरपर्यंत पोचला.

कविताताईंनी आपली सर्व पुस्तकं माझ्यासमोर ठेवली. प्रत्येक कवितेत वेगवेगळे विषय असल्याचं मला जाणवलं. प्रेम, विरह, दुःख, आईपण, बाईपण असे अनेक विषय होते त्या कवितांमध्ये.

वात्सल्यसिंधू आईविषयी भावनिक असणाऱ्या प्रत्येक मुलीच्या आयडॉलच वाटल्या कविताताई!

आपल्या आईला तुच्छ मानणाऱ्या, आईची पर्वा न करणाऱ्या; किंबहुना आई नको असलेल्या प्रत्येक मुलीची - आणि मुलाचीही - या कविताताईंशी एकदा भेट व्हावी असं मला वाटून गेलं.

आपल्या शरीराचा एक तुकडा बाहेर काढून दुसरं शरीर निर्माण करणाऱ्या त्या आईला कविताताईंनी जिवंतपणीही सतत आनंदी ठेवलं. त्या आता हयात नसतानाही दोघींच्यातलं प्रेम कमी झालेलं नाही! आई चांगली किंवा वाईट नसते, ती आदिअंती फक्त आईच असते. तुम्ही तिला कुठल्या चष्म्यामधून पाहता तो चष्मा महत्त्वाचा असतो, असं कविताताईंच्या सगळ्या प्रवासावरून मला दिसत होतं.

कविताताईंना दोन मुलं. थोरला वरुणराज. हा बीएस्सी, बायोटेक करून

प्राध्यापक झालाय; तर दुसरा चक्रवर्ती, तो बीई करून इंजिनिअर झालाय. म्हणजे वत्सलाबाई आपल्या आईवर काव्य करायच्या, नंतर कविताताई आपल्या आईवर दीर्घ काव्य लिहितात; तसंच काहीसं या दोन्ही मुलांचंदेखील आहे असं मला वाटलं. वात्सल्याचा हा वेलू वाढ म्हटल्यानं वाढलेला नाही, तो रक्तातूनही आलेला नाही; तो संस्कारांतून आलाय, शिकवणुकीतून आलाय म्हणून या घरात पिढ्यान् पिढ्यांपासून आई आणि मुलं यांच्यातलं नातं दृढ झालेलं आहे.

आईशी नातं घट्ट नसल्यामुळे घडणाऱ्या मन हेलावून टाकणाऱ्या अनेक कथा, घटना महानगरांमध्ये आपल्याला दिसतात. वाटतं, आई व मुलं यांच्यातल्या नात्याला जागतिकीकरणाच्या वाळवीनं पोखरून टाकलंय. स्वत:ला प्रोफेशनल म्हणवून घेणारा 'तो' प्रत्येक माणूस आज आईसाठी काय करतो हा प्रश्न उपस्थित केला, तर प्रामाणिकपणे उत्तर देणाऱ्याचं उत्तरही धक्कादायक येईल.

कविताताई आपल्या सासूबाई शांताबाई आटोळे यांच्याविषयी म्हणाल्या, "आई जवळ नसल्याची उणीव मला माझ्या सासूबाईंनी कधीच भासू दिली नाही. आमच्यातलं सासू-सुनेचं नातं आई-मुलीचं कधी झालं हे मला कळलंच नाही. आमच्या नातेवाइकांमधल्या कुठल्याही मुलीनं कधी सासू आणि आई यांच्यात फरक केला नाही. कदाचित त्यामुळेच आमच्यातलं आई-मुलीचं प्रेम अबाधित असेल."

'आई'चे वेगवेगळे पैलू उलगडणाऱ्या खूप कविता आपल्याला दशमी आणि एकादशी या दोन दिवशी सुचतात, असं कविताताईंनी सांगितलं! हे दोन्ही दिवस त्यांच्यासाठी खूप भावनिकतेचे आहेत. याचं कारण पंढरपुरात असणाऱ्या विठ्ठलाच्या श्रद्धेभोवती फिरणारं आहे.

कविताताईंच्या घरी तीन तास कसे गेले हे कळलंच नाही. कविताताईंना नमस्कार करून त्यांचा निरोप घेतला. हार घातलेला वत्सलाबाईंचा फोटो अधिकच हसरा होऊन माझ्याकडं पाहत होता. कदाचित त्या फोटोलाही कविताताईंविषयी काहीतरी सांगायचं असावं...! त्या फोटोसमोर मी नतमस्तक झालो आणि परतीच्या रस्त्याला लागलो. परतीच्या प्रवासात मला कविताताई, आईवरच्या त्यांच्या कविता, आईविषयी त्यांनी सांगितलेल्या आठवणी हे सगळं आठवत राहिलं. त्या प्रभावीपणे व्यक्त झाल्या होत्या.

आपल्या आईवरच्या कवितांची तब्बल १४ पुस्तकं त्यांनी काढली. आणखी चार पुस्तकं होतील एवढं आईविषयीचं त्यांचं साहित्य अजून तयार आहे.

कविता यांचा आईविषयीचा हळवा कप्पा यानिमित्तानं लोकांसमोर आला. आईचं वात्सल्य, आईचं आपल्या मुलांवर असलेलं प्रेम आणि मग वयाच्या प्रत्येक वळणावर तिनं मुलांसाठी छोट्या–मोठ्या गोष्टींसाठी पावलोपावली केलेला त्याग... हे सगळं जवळपास प्रत्येकानंच अनुभवलेलं असतं. काही जण या प्रेमाला मुकतातही. ज्यांना आईचं प्रेम मिळत नाही, त्यांच्यासाठी कुठली ना कुठली व्यक्ती आई बनून पुढं येतेच. त्यातूनही आईची माया सातत्यानं अनुभवता येते.

आपल्या आईच्या पश्चातही तिच्यासाठी कविताताईंनी सुरू ठेवलेलं काम इतर अनेक 'कवितां'साठी, त्यांच्या आईसाठी प्रेरणादायी ठरणारं आहे. कविताताईंच्या या कामातून आईपण आणि बाईपण अनेक कवितांना मिळो... त्यांची आईविषयीची कर्तव्यं, प्रेमभावना फुलत राहो. ज्येष्ठ कवी फ. मुं. शिंदे सरांची 'आई' ही कविता मला दहावीला अभ्यासाला होती. त्या कवितेच्या शेवटच्या ओळी मनात खोलवर उतरतात आणि विचार करायला भाग पडतात...

आई खरंच काय असते ?
लेकराची माय असते
वासराची गाय असते
दुधावरची साय असते
लंगड्याचा पाय असते
धरणीचा ठाय असते
आई असते जन्माची शिदोरी... सरतही नाही आणि उरतही नाही !

पिंपळेगावची सावित्री

सती सावित्रीची पुराणातली कथा लहानपणी ऐकली होती. जी सावित्री आपल्या पतीचे प्राण परत मागण्यासाठी यमाच्या मागं जाते आणि पतीचे प्राण परत घेऊन येते. त्याच तोडीची वास्तवातली कथा पुणे कार्यालयातले माझे एक सहकारी मला फोनवरून सांगत होते. 'ती बाई मला कोर्टात भेटली आणि तिची कहाणी ऐकून मला अतिशय वाईट वाटलं. तू जा पिंपळेगावला. तुला वेगळी स्टोरी करता येऊ शकेल,' अशी माहिती मला त्या सहकाऱ्यानं दिली. त्यांनी सुचवल्यानुसार, मी एके दिवशी पुणे जिल्ह्यातल्या सासवडजवळच्या पिंपळेगावला पोचलो. खूप साधं गाव. जेमतेम दोन हजार लोकसंख्येचं. पिंपळेगाव नावालाच पश्चिम महाराष्ट्रात आहे. मराठवाडा आणि विदर्भ इथल्यापेक्षाही भीषण दुष्काळ आहे तिथं. पिंपळेगावच्या

जवळच असलेल्या बोधडी सुपेगाव इथून छोटेखानी पाइप टाकून गावात पिण्याच्या पाण्याची व्यवस्था करण्यात आली आहे. जानेवारी महिना संपला की इकडं उन्हाळा सुरू होतो. या गावाकडं आणि इथल्या शेतकऱ्यांकडं पाहिल्यावर वाटतं की 'पश्चिम महाराष्ट्र संपन्न आहे' असं म्हटलं जातं; पण ते सर्वस्वी खरं नाही. गावात माणूस नाही आणि शेतात जाण्याची गरज नाही, मग ही सगळी माणसं गेली कुठं ? तर आसपास असणाऱ्या छोट्या-मोठ्या शहरांत ती कामाला जातात, त्यातून चार पैसे मिळवतात आणि उदरनिर्वाह चालवतात.

मला ज्या घरी जायचं होतं, त्या घरी मी पोचलो. पत्र्याचं छोटंसं घर. मी गेलो तेव्हा घर नेमकंच शेणानं सारवलेलं होतं. बाहेर तुळशीजवळ महादेवाच्या पिंडीशेजारी लावलेल्या उदबत्तीचा सुवास प्रसन्न करून गेला. घरात एक महिला भाकरी थापत होती. गोल गरगरीत भाकरी. वाऱ्याच्या झुळकीसरशी भाकरीचा खमंग वास वातावरणात पसरत होता आणि भुकेला निमंत्रण देत होता. मला पाहिल्यावर त्या महिलेनं भाकरी थापायच्या थांबवल्या आणि 'पाय धुवा' म्हणत भरलेला तांब्या घेऊन ती माझ्याकडं आली. पाय धुऊन झाल्यावर जमिनीवर अंथरलेल्या एका पोत्यावर मी बसलो. ते घर तसं नावालाच घर होतं. चार भांडी आणि चार कपडे, अंथरूण-पांघरूणासाठी चार-दोन गोधड्या. एका कोपऱ्यात एक खाट आणि त्या खाटेवर सतत

वर्षा पोमण

खोकत असलेली एक व्यक्ती... असं एकंदर चित्र होतं. बाहेर जसा चारी बाजूंनी दुष्काळ होता, तसाच तो घरातही दिसत होता. अंगणातल्या तुळशीनं वातावरणात जरासा हिरवेपणा आणला होता, तेवढाच काय तो दिलासा! भाकरी करणारी ती महिला माझ्यासमोर येऊन बसली. मी माझी ओळख सांगितली. त्या महिलेचं नाव वर्षा पोमण. वर्षाताईंनी बोलायला सुरुवात केली आणि तेवढ्यात त्यांची नजर घड्याळाकडं गेली. 'आलेच' म्हणून त्या उठल्या आणि त्यांनी एका हातानं आपल्या पतीला– संजय यांना – उठवलं. त्यांना गोळ्या दिल्या. थोडं खाण्यासाठी दिलं आणि परत झोपवलं.

मी बसलो होतो तिथं त्या पुन्हा आल्या आणि मला म्हणाल्या, ''विचारा... काय माहिती द्यायचीय तुम्हाला?''

मी विचारलेले सर्व प्रश्न त्यांनी समजून घेतले आणि मग बोलायला सुरुवात केली.

पुराणातल्या आख्यायिकेनुसार, सावित्री फक्त एका यमासोबत लढली; पण पिंपळेगावच्या या अशिक्षित सावित्रीनं तर कितीतरी पातळ्यांवर लढे दिले असल्याचं त्यांच्या बोलण्यातून मला जाणवत गेलं.

वर्षा–संजय हे पती–पत्नी मोलमजुरी करून संसाराचा गाडा हाकतात. संजय यांचं वय ४०, तर वर्षा आहेत ३८ वर्षांच्या. निखिल आणि शुभम ही त्यांची दोन मुलं. दोन एकरांचा जमिनीचा छोटासा तुकडा आहे खरा; मात्र त्यात काहीही पिकत नाही. दोघंही काबाडकष्ट करून दोन पातळ्यांवर लढतात. एका बाजूला संसार आणि दुसऱ्या बाजूला दोन्ही मुलांचं शिक्षण. वर्षभरापूर्वी संजय यांचं पोट फुगलं म्हणून त्यांना दवाखान्यात दाखल करण्यात आलं. उपचारासाठी वर्षभर दवाखान्याच्या खूप वाऱ्या कराव्या लागल्या; पण आजार काही कमी होईना. शेवटी पुण्याच्या एका मोठ्या खासगी रुग्णालयात त्यांना दाखल करण्यात आलं. दाखल केल्यानंतर कळलं की संजय यांना हृदयाचा मोठा आजार आहे. डॉक्टरांच्या म्हणण्यानुसार, शस्त्रक्रिया करणं अपरिहार्य होतं. शरीरात काही मशिनही बसवाव्या लागणार होत्या. त्यासाठी रुग्णालयाकडून दहा लाखांचा खर्च सांगण्यात आला. दहा लाखांचा आकडा ऐकूनच वर्षा यांच्या पायाखालची जमीन सरकली. जिथं दहा रुपयेही शिल्लक पडू शकत नव्हते, तिथं दहा लाख रुपये कसे जमा करायचे, असा प्रश्न वर्षा यांच्यासमोर

उभा राहिला. तशा त्या जिगरबाज. पतीवर त्यांचं निस्सीम प्रेम. संजय यांचंही वर्षा यांच्यावर तसंच प्रेम... पण पुन्हा तोच प्रश्न... एवढी मोठी रक्कम उभी करायची कशी ? दिवसभर काम केलं तरच संध्याकाळी खाण्याची व्यवस्था अशी एकंदर या कुटुंबाची परिस्थिती. त्यातच 'शस्त्रक्रिया केल्यानंतरही तुमचा नवरा वाचेल, याची शाश्वती देता येणार नाही,' हे डॉक्टरांनी उच्चारलेलं वाक्य वर्षा यांना साहजिकच अतिशय अस्वस्थ करून गेलं. त्यात पुन्हा 'मी वाचणार नाही हे माहीत असतानाही माझ्यावर एवढे पैसे कशाला खर्च करायचे ?' अशी भूमिका संजय यांनी घेतलेली. अशा परिस्थितीत वर्षा यांनी अनेक रात्री जागून काढल्या. काहीतरी मार्ग काढावाच लागणार होता.

'संजय यांना वाचवण्यासाठी मला काहीतरी मदत करा,' अशी विनवणी करत त्या पाहुण्यांकडं दारोदार फिरू लागल्या. त्यांची हक्काची माणसं होती, त्यांच्याकडून थोडाबहुत पैसा जमाही झाला. वर्षा प्रचंड काबाडकष्ट करतात, हे गावातल्या प्रतिष्ठित व्यक्तींना माहीत होतं. त्याच लोकांनी, छोट्याशा जमिनीच्या तुकड्यावर बँकेतून चार पैशांचं कर्ज मिळावं, यासाठी बँकेकडं आग्रह धरला. त्यात यशही आलं. बऱ्यापैकी पैसा जमा झाला. 'सरकारी दवाखान्यात किंवा ट्रस्टच्या माध्यमातून ही शस्त्रक्रिया करावी,' असा सल्ला वर्षा यांना अनेकांनी दिला. त्यावर वर्षा यांनीही काही जणांचा सल्ला घेतला. मात्र, शस्त्रक्रियेची हमी घेतली जाऊ शकत नाही, असं चर्चेच्या माध्यमातून कळलं. आपल्या पतीला वाचवायचं तर त्यासाठी आयुष्यच पणाला लावावं लागेल, हे वर्षा यांच्या लक्षात आलं.

संजय यांना मृत्यूच्या दाढेतून बाहेर काढण्यासाठी सगळी ताकद त्यांनी पणाला लावली. पुण्याच्या एका खासगी रुग्णालयात शस्त्रक्रिया झाली. जी काही पाच लाखांची पुंजी जमली होती, त्या पुंजीवर ही शस्त्रक्रिया झाली. मात्र, शस्त्रक्रियेला एकूण दहा लाख रुपये खर्च आला होता आणि 'जोपर्यंत खर्चाची संपूर्ण रक्कम भरली जात नाही, तोपर्यंत रुग्णाला घरी सोडता येणार नाही,' असं रुग्णालयाकडून सांगण्यात आलं. शिवाय, 'शस्त्रक्रियेदरम्यान जी काही उपकरणं शरीरात, शरीरावर लावण्यात आली होती, तीही परत काढून घेण्यात येतील', अशी भूमिका रुग्णालयानं घेतली. दरम्यानच्या काळात 'पुण्याच्या 'शासकीय चॅरिटी ट्रस्ट'मार्फत आपल्याला मदत मिळावी,'

यासाठी वर्षा यांनी विनंती केली होती. शासकीय नियमानुसार, 'वर्षा यांच्या पतीची मोफत शस्त्रक्रिया करण्यात यावी,' असं पत्र 'मुख्यमंत्री आरोग्य कक्षा'च्या माध्यमातून या रुग्णालयाला देण्यात आलं.

वर्षा यांनी दिलेल्या माहितीनुसार, या पत्रावर रुग्णालयानं कुठलीही ठोस भूमिका घेतली नाही. पुण्याचे उपधर्मादाय आयुक्त नवनाथ जगताप आणि सहधर्मादाय आयुक्त शिवाजी कचरे यांनी वर्षा यांना मदत केली आणि 'तुम्ही या व्यक्तीची (संजय यांची) शस्त्रक्रिया नियमानुसार मोफत केली पाहिजे,' अशी लेखी तंबीही रुग्णालयाला दिली. तरीही रुग्णालय प्रशासन काही ऐकायला तयार नव्हतं. शेवटी, वर्षा यांनी आपलं राहतं घरही गहाण ठेवलं आणि आणखी चार पैशांची व्यवस्था केली. घर, शेती आणि अनेकांची कर्जं काढून रुग्णालयाच्या बँक खात्यात पैसे जमा केले; पण कितीही वर्षं काम केलं तरी आपण ज्यांचं कर्ज घेतलं आहे ते परत करू शकणार नाही, याची वर्षा यांना जाणीव होती. एकीकडं, खूप कर्ज झालं. आता पुढं काय करायचं हा मोठाच ताण होता, तर दुसरीकडं, आपला वाघासारखा माणूस वाचला, याचा मोठा आनंदही!

वर्षा यांना कायद्याचं फारसं ज्ञान नाही; पण रुग्णालय आपली फसवणूक करत असल्याचं त्यांना जाणवत होतं. 'आपल्या गावातल्या अनेक गरिबांचे मोठ्या खासगी रुग्णालयांत इलाज झाले; मग माझ्या नवऱ्याचा इलाज का होऊ शकत नाही,' असा त्यांचा प्रश्न होता.

सर्व पातळ्यांवर लढल्यावर वर्षा यांना यश आलं; पण ज्या खासगी

रुग्णालयाच्या विरोधात त्यांनी धर्मादाय आयुक्तांच्या माध्यमातून लढलेली लढाई जिंकली होती, त्याच खासगी रुग्णालयानं 'आपण बरोबर आहोत', असं म्हणत मुंबई उच्च न्यायालयात धाव घेतली. तिथंही वर्षा आपली लढाई लढत आहेत. आता मुंबईत 'तारीख पे तारीख' सुरू आहे. ॲड. विश्वजित सावंत आणि ॲड. प्रभाकर जाधव हे वर्षा यांची केस मोफत लढत आहेत.

आपल्या पतीचा जीव वाचवण्यात या आधुनिक सावित्रीला यश आलं खरं; पण त्यांना आता तारेवरची कसरत करायची आहे ती दैनंदिन जीवन जगण्यासाठी. त्यांची दोन्ही मुलं, जी आजवर शाळा शिकत होती, ती आता शाळा सोडून रोजमजुरीला जात आहेत. वर्षा यांनाही इतरांच्या शेतात जाऊन काबाडकष्ट करावे लागत आहेत. लोकांची भरपूर मोठी रक्कम चुकती करायची आहे. मात्र, ती कधी चुकती केली जाऊ शकेल, हे काही निश्चितपणे सांगता येत नाही. रोज नवीन दिवस येतोय... कुणीतरी आपल्या मदत करील या आशेवर... पण तसं काहीच होत नाही. गेल्या आठ दिवसांपासून वर्षा आणि त्यांचं सगळं कुटुंब रात्र जागून काढतंय... त्याचं कारण, गावात रोजच चोऱ्या होत आहेत. वर्षा यांच्या घराशेजारची दोन घरं चोरांनी फोडली. तेच चोर दुसऱ्या दिवशी वर्षा यांच्या घरातही शिरले होते. वर्षा आणि त्यांच्या मुलांनी चोरांना चांगलाच चोप दिला. साहजिकच चोरांना रिकाम्या हातांनी पळ काढावा लागला.

आता दर महिन्याला संजय यांना तपासणीसाठी खासगी रुग्णालयात घेऊन जावं लागतं, त्यासाठीही मोठ्या प्रमाणावर पैसा लागतोच आहे. अशा परिस्थितीत रोजच्या भाकरीचा प्रश्न सोडवायचा, की पतीच्या दवाखान्याचा प्रश्न मार्गी लावायचा, हा यक्षप्रश्न वर्षा यांच्यापुढं आहे.

अर्धी भाकरी कमी खाऊन पतीचं व्यवस्थित संगोपन करण्याचा निर्णय वर्षा यांनी घेतला आहे. वर्षा यांच्याबद्दल सांगताना संजय म्हणतात, ''माझ्या आई–वडिलांची कमतरता बायकोनं कधीच भासू दिली नाही. माझी आई तर लहानपणीच वारली. मला मरणाच्या खाईमधून ओढून आणण्याचं काम वर्षानं केलंय. आज मी जिवंत आहे तो वर्षामुळेच, तिनं दाखवलेल्या हिमतीमुळेच. नाहीतर माझं काही खरं नव्हतं.''

बायकोविषयी बोलताना संजय यांचे डोळे साहजिकच पाणावले होते.

एकमेकांना 'सहन' करण्याची क्षमता कमी कमी होत चालली असल्याचा हा सध्याचा काळ... असं असलं तरी अपार काबाडकष्ट करून आपलं कुंकू जपण्याचा आटापिटा करणारी ही 'आधुनिक सावित्री'ही याच काळातली... सगळंच अविश्वसनीय. मृत्यूला धडका मारून, दारिद्र्याशी दोन हात करणारी वर्षा यांच्यासारखी माणसं पाहिली, की 'सामान्यांचं आयुष्य अन् मानवतेची कहाणी हा इतिहासाचा विषय असतो,' या टॉलस्टॉयच्या व्याख्येची प्रचीती येते.

कारणं काहीही असोत; पण आज पती-पत्नींमधले वाढणारे ताण-तणाव, त्यांच्यात सातत्यानं होणारी भांडणं, छोट्या छोट्या मुद्द्यांवरून घटस्फोटापर्यंत गेलेली प्रकरणं आपण रोज पाहतो. एकट्या महाराष्ट्रात दिवसाकाठी तीस घटस्फोट होतात. अशा जोडप्यांपुढं वर्षा-संजय यांच्या अतूट प्रेमाचं उदाहरण अनोखं ठरावं. सती सावित्रीची कथा सत्य आहे की नाही ते माहीत नाही; पण वर्षा-संजय यांची ही घटना मात्र सत्य आहे.

परिचय

संदीप रामराव काळे

M.A., M.C.J., M.B.A., D.N.Y.S., Ph.D. (AP)

sandip98868@gmail.com

मो.नं. ९८९००९८८६८

पत्ता– नांदेड : मु. पाटनूर, ता. अर्धापूर, जि. नांदेड – ४३१७०४

पत्ता– मुंबई : एल – ३०, घर नं. १२०१, स्वप्नपूर्ती, सेक्टर ३६, खारघर, नवी मुंबई – ४१०२१०

सध्या कार्यरत : सकाळ माध्यम समूहात सध्या मुंबई येथे संपादक (युथ यिनबझ) या पदावर कार्यरत.

आतापर्यंत पत्रकारितेत काम केलेल्या संस्था : जय महाराष्ट्र (मराठवाडा संपादक), आयबीएन लोकमत (रिपोर्टर), दै. लोकमत (उपसंपादक), दै. प्रहार (रिपोर्टर), दै. लोकपत्र (संपादक), दै. सांजवार्ता (रिपोर्टर), दै. उद्याचा मराठवाडा (वृत्त संपादक),

आतापर्यंत काम केलेल्या शैक्षणिक (पत्रकारिता) संस्था : एम.जी.एम. कॉलेज नांदेड (प्राध्यापक), राजीव गांधी पत्रकारिता महाविद्यालय नांदेड (प्राध्यापक), विवेकानंद पत्रकारिता महाविद्यालय नांदेड (पत्रकारिता विभागप्रमुख).

काम केलेल्या सामाजिक संस्था : सर्वोदय, राष्ट्र सेवादल, अंधश्रद्धा निर्मूलन समिती, छात्रभारती, नई तालीम.

पुरस्कार : महाराष्ट्रभूषण, महाराष्ट्रगौरव, महाराष्ट्रदीप, यशवंतराव चव्हाण, बाबा दळवी यासह शासन, सामाजिक संस्था, पत्रकार संघ यांच्या वतीने दिले जाणारे ४४ पुरस्कार आतापर्यंत मिळाले आहेत.

पुस्तके : आजपर्यंत २१ पुस्तके प्रकाशित. 'मु.पो. आई' या पुस्तकाची मराठीत सर्वाधिक खपाचे पुस्तक म्हणून नोंद.
सात महिन्यांत 'मु.पो. आई' या पुस्तकाच्या तेरा आवृत्त्या प्रकाशित.

भ्रमंती LIVE : सकाळच्या 'सप्तरंग' या पुरवणीत दर रविवारी प्रकाशित होणारे 'भ्रमंती LIVE' हे सदर लोकप्रिय आहे.

यिन (YIN) : 'सकाळ'ने तरुणाईसाठी सुरू केलेल्या 'यिन' या प्रोजेक्टचे प्रमुख. २०१३ पासून यिनमध्ये २५ लाख युवक अनेक प्रोजेक्टवर काम करतात.

यिनबझ (YINBUZZ) : 'सकाळ'ने युवकांसाठी सुरू केलेल्या यिनबझ या पोर्टलचे संपादक. आठ महिन्यांत या पोर्टलवर एक कोटी तरुणांना विचारपीठ मिळालं आहे.

अभ्यास टूर : अमेरिका, साउथ कोरिया, मलेशिया.

www.ingramcontent.com/pod-product-compliance
Lightning Source LLC
LaVergne TN
LVHW100812051026
849519LV00006B/2043
* 9 7 8 9 3 8 9 8 3 4 2 2 2 *